nắng qua đèo

KHÁNH TRƯỜNG

nắng qua đèo

tiểu thuyết

MỞ NGUỒN

NẮNG QUA ĐÈO
Tiểu thuyết Khánh Trường
Tựa Nguyễn Văn Sâm
Bạt Phan Tấn Hải
Kỹ thuật Tạ Quốc Quang
Trình bày bìa Tác giả

ISBN: 979-8-3304-2355-2

TỰA
Nguyễn Văn Sâm

Khánh Trường bao lâu nay không khỏe nhưng sức viết của anh thì khỏi nói, mạnh mẽ, miệt mài, anh sáng tác không mệt mỏi văn, họa, trong khi bạn văn cùng thời, trạc tuổi với anh hầu hết đều buông tay viết hàng mươi năm trước, thậm chí có người đã cuốn gói về Trời mau chưn hơn anh nhiều.

Sở trường sở đoản của anh đều đủ.

Anh sáng tác như hoạt động được thúc đẩy bởi một đam mê bất tận. Mà đâu phải những sáng tác vô hồn vô nghĩa, nó luôn hừng hực tỏa sáng bằng sức sáng tạo ẩn chứa trong đó. Có phải điều này khiến cho Đời Sống giữ anh lại lâu hơn chăng trong khi khi bệnh tật mỗi ngày một bào mòn thân thể vốn gầy yếu của anh từ ngót hai mươi bốn năm nay?

Nắng Qua Đèo có lẽ mới tinh trong mùa dịch bệnh này, tập tiểu thuyết mà tôi đọc xong vẫn thấy như tác giả chưa viết xong, câu chuyện đang hồi bế tắc, cái chấm hết như chấm than của lẽ sinh lão bịnh tử mà chữ thứ tư đã hiển hiện. Nhân vật chánh là anh chàng Nhân lãng tử, biết mình mắc bệnh nan y nhưng chàng ta bất chấp cái chết rình rập, đi lang thang, ngao du sơn thủy trước khi từ giã cõi đời. Anh kệ cái chết đang đến gần, đón nhận nó trong tư thế an nhiên theo thuyết nhà Phật. Anh tự tại như kẻ cho dĩ vãng là cái đã qua không biến cải được nó, tương lai là cái chưa tới chưa biết được nên gạt bỏ âu lo, trực diện với hiện tại, là cái có thực trước mắt. Và như vậy anh sống, anh hành động, kể cả những hành động được điều khiển bằng bản năng, bằng vô thức. Anh chọn cuộc hành trình cuối đời bằng những chuyến xe từ Nam ra Bắc, trên dọc đường gió bụi đó, anh biết được thêm những con người tuy gặp qua thoáng chốc, được nghe những câu chuyện vui buồn rất đời thường của họ, như cuốn phim ngắn lướt nhanh nhưng đã làm xao động trái tim của độc giả. Cái lồng ghép khéo léo của tác giả là ở chỗ này, truyện dài mà như truyện ngắn, có phân đoạn, có tình tiết bất ngờ khiến người đọc tò mò muốn biết đoạn cuối. Đoạn cuối ra sao của anh chàng lãng tử đi … đi.... trong lúc thần chết tới từ từ? Nhưng rồi Khánh Trường đã kết thúc bằng nút gài nối lại cho tròn đầy hoàn thành cái vòng tròn sinh tử. Anh chàng Nhân đã chết dọc đường trong thành phố heo hút nào đó ngoài Trung, ước mơ đi hết chiều dài đất nước của anh đã không thực hiện được…

Ai đã đọc các cuốn tiểu thuyết của Khánh Trường trước đây đều thấy Nắng Qua Đèo tuy cũng có tả chân về thân thể cảm nhạy của đàn bà con gái, về các cuộc tình có mây mưa cuồng nhiệt sống vỗ tràn bờ nhưng phải nói là hiền nhứt so với các cuốn xuất hiện trước.

Hay là anh mệt?

Tôi không cho là đơn giản như vậy. Tôi nghĩ Khánh Trường có ý khi làm điều này: Rồi mây mưa bão bùng, rồi những nụ hôn nóng mềm, rồi các vòng tay nhền nhện…, trái ngọt của đời, con người bất kỳ ai cũng đều bỏ lại tất cả khi cái chết lửng thửng tới gần. Truyện dài của Khánh Trường có nhiều ý tưởng hay ho. Xin trích một câu, một câu thôi: *"Đa phần các nhà văn nhà thơ đều thua thiệt một điều gì đó, khiến cho họ muốn bù đắp bằng ước mơ chữ nghĩa."* Khánh Trường đã làm điều đó, anh dựng lên một nhân vật bệnh hoạn yếu ớt, rồi cho nhân vật đi lang thang theo trí tưởng tượng của mình, cho anh ta yêu, làm tình, cho anh ta sống thiệt lòng với những khoảnh khắc thăng hoa. Và cho anh ta chết khi vừa nhìn thấy lại người thương của anh.

Khánh Trường đã từng để cảm xúc của mình bay bổng theo từng nét vẽ, từng con chữ mông mênh. Trong **Nắng Qua Đèo** khả năng đó vẫn không hao mòn, sút giảm… Và độc giả có thể thấy rất nhiều mặt của tư tưởng Phật giáo đâu đây suốt tác phẩm tuy rằng tác giả chẳng bao giờ thuyết minh. Chúng tự hiện.

Nguyễn Văn Sâm

California tháng 12/2021

Giáo sư Nguyễn Văn Sâm, một trong rất ít người tại hải ngoại tinh thông chữ Nôm.

Trước 1975 ông là giáo sư tại các Đại học Sài Gòn, Cần Thơ, Hòa Hảo, Cao Đài và Vạn Hạnh. Qua Mỹ ông tiếp tục dạy học tại Texas từ 1979 tới khi về hưu vào năm 2006.

Ngoài các sáng tác văn học, chủ yếu Giáo sư Nguyễn Văn Sâm là tác giả nhiều bộ sách nghiên cứu công phu như:

- Văn Chương Tranh Đấu Miền Nam, Văn Học Nam Hà, Văn Chương Nam Bộ và Cuộc Kháng Pháp 1945-1954.

Phiên âm từ chữ Nôm ra Quốc Ngữ các cuốn sách cổ: Trương Ngáo, Tội Vợ Vợ Chịu, Người Hùng Bình Định, Mà Lòng Tôi Thương, Tỉnh Mê Một Cõi, Báo Ứng Nhân Quả, Thạch Sanh Lý Thông Tuồng Kim Vân Kiều - truyện Kiều ở Nam kỳ lục tỉnh - (cùng Nguyễn Hiền Tâm.)

khánh trường

KHÁNH TRƯỜNG

nắng qua đèo

tiểu thuyết

có phải lúc mây trời cũng là khi gió đã
rất xa vời mà rất đỗi bên nhau
(phm - có phải)

MỞ NGUỒN

Mở

Trong một lần trao đổi với độc giả khi bài thơ *Ngày Nắng Qua Đèo* được nhà thơ Phạm Hiền Mây *post* lên *facebook*, tác giả viết, đại ý, *biết ta rồi sẽ như chiếc lá kia bay vèo trong gió, có có không không tựa màu nắng lúc qua đèo - mờ phai, chập choạng, khi còn khi mất…, Mây thích hình ảnh ấy…, rồi chúng ta, đều sẽ cùng đến ngày ấy, ngày-nắng-qua-đèo.*

Chiều hôm qua ra *patio* ngồi hứng gió, nắng hắt chiếm gần phân nửa diện tích sân gạch. Bỗng tôi nhìn thấy một cánh bướm đang nhởn nhơ trên những đóa hải đường đỏ thắm bên ngoài dọc hàng rào thấp. Cánh bướm tuyệt đẹp, màu vàng cam, từ thân chẻ ra những vệt nâu đỏ hình rẻ quạt, điểm xuyết những chấm đen viền quanh rìa hai cánh. Mãi dõi theo cánh bướm, khi quay lại, vạt nắng đã biến mất, bóng mát chuyển dần sang chạng vạng. Không lâu nữa đêm sẽ lên. Chợt nhớ lời trao đổi của Phạm Hiền Mây với độc giả…

Nắng ngoài *patio* không phải *nắng-qua-đèo*, nhưng hình ảnh *có có không không* cho tôi cảm được cái *mờ phai, chập choạng, khi còn khi mất*, như người thơ đã mẫn cảm nhận ra.

Một lần nữa, hai chữ vô thường lại hiển lộng.

Đồng thời gợi ý cho tôi khởi đầu những trang chữ này.

Chương I

biết ta rồi lá bay vèo
có không ngày nắng qua đèo vẫn mơ... .
(phm – ngày nắng qua đèo)

Nhân đi vào con đường nhỏ dẫn xuống bến sông, nơi chỉ cách chừng trăm bước. Thị trấn bên kia sông có vẻ sầm uất, con lộ ven bờ xe cộ ngược xuôi, nhà cửa san sát, những căn bê tông vươn lên nền trời xám đục. Mùa lũ, nước sông dâng cao, cuồn cuộn chảy xiết, những thân gỗ lớn từ thượng nguồn trôi về, phóng nhanh. Nhân nhìn bầu trời thấp, mây đen phủ kín và dòng sông hung dữ. Sắp mưa ư, Nhân tự hỏi, làm cách nào qua sông? Phải qua được sông vào thị trấn nếu không muốn chết cóng giữa đồng không mông quạnh này. Nhân nhìn suốt phải trái bờ, không một bóng thuyền. Âu lo trong lòng Nhân mỗi lúc mỗi lớn, bầu trời tối hơn kèm âm ì tiếng sấm. Một nông dân, có lẽ, chợt xuất hiện trên con đường nhỏ, vai vác cuốc, thấp người, có khuôn mặt xương, răng vẩu, mặc chiếc áo sơ mi màu nâu đã bạc và quần cộc nhàu nhĩ phơi hai chân gân guốc đen nhẻm. Ông ta hỏi lớn khi nhìn thấy Nhân,

"Muốn qua sông hả?"

"Vâng, nhưng chẳng thấy đò."

"Sắp mưa, hắn về rồi."

"Ai?"

"Thằng đưa đò."

"Vậy làm sao?"

Nông dân nói,

"Theo tui."

Ông ta rẽ trái, đi men bờ, Nhân theo sau. Nông dân nhanh nhẹn tiến bước, không quay lại, nói lớn,

"Đến nhà hắn, biểu đưa sang."

"Anh ta ở đâu?"

"Cách đây chừng cây số."

"Ông cũng qua bển?"

"Phải."

Nhà người chèo đò nằm giữa ruộng mía, gió từ hướng sông thổi mạnh, vô số thân mía ngã rạp, phát ra tiếng kêu xào xạc bất tận. Nắng đã tắt, trời đất nhá nhem. Người nông dân dừng bước trước cửa ngôi nhà vách ván, mái tôn, lớn tiếng,

"Tư râu, tao muốn qua sông."

Tư râu xuất hiện, anh ta chạc ba mươi, tóc dài, râu quai nón, dáng tầm thước, ở trần, phô nửa thân trên lực lưỡng, ngực nở, bắp thịt tay cuồn cuộn. Anh ta ngước nhìn trời, nói,

"Mưa đến nơi."

"Đưa liền bọn tao qua, về còn kịp, chưa mưa ngay đâu."

Tư râu lầu bầu trong miệng nhưng cũng nghe theo, hắn ra khỏi cửa sau khi nói vọng vào,

"Mẹ nó dọn cơm sẵn, tui dìa liền."

Tiếng đàn bà,

"Lẹ lẹ kẻo mưa."

Tư râu đi nhanh xuống bờ sông. Con đò nằm dưới tán cây phủ rợp một khoảng rộng trên mặt nước ngầu đục phù sa, chảy xiết. Chúng tôi xuống đò. Tư râu cho mũi hướng về bờ bên kia và khởi động tay chèo. Tiếng sấm liên tục, bầu trời sà thấp chực chạm đầu, những tia chớp lóe sáng soi rõ khuôn mặt Tư râu gân guốc đang bặm môi điều khiển con đò. Gió rít từng cơn. Con đò trồi lên, hụp xuống như chiếc lá giữa dòng hung bạo. Nước văng tung tóe, ướt cả ba người. Chưa đến nửa sông thì mưa ập xuống, như trút. Nông dân ngước nhìn trời, rủa,

"Mẹ nó!"

Tư râu quát,

"Gió lớn quá."

Nông dân cũng to giọng, tiếng hét bị mưa và gió cuốn bạt, như vọng về từ cõi xa,

"Ráng lên."

Nước cuồn cuộn, sóng to, mũi đò xuôi theo dòng nước trôi nhanh về phía hạ nguồn, dù Tư râu đã cố sức đẩy mái chèo theo hướng tiến. Một thân gỗ lớn lao về phía con đò, Tư râu hoảng hốt quạt nhanh mái chèo, hy vọng lách tránh sang bên, nhưng vô ích, thân gỗ đâm sầm vào đuôi, con đò nhỏ xoay vòng, lật nghiêng. Cả ba rơi xuống nước. Nông dân và Tư râu bị cuốn trôi mất hút. Nhân vung tay loạn xạ, vớ được thân gỗ, bám chặt.

Nhiều giờ trôi qua, mưa vẫn nặng hạt, tiếng sấm và sét vẫn nổ váng óc, lóe sáng liên tục. Càng trôi xa, nước càng chảy xiết. Nhân mệt lả, mấy lần vuột tay khỏi thân gỗ, sợ hãi, Nhân vòng hai tay ôm chặt. Bỗng thân gỗ trôi sát bờ rồi rơi xuống một ghềnh thấp, húc mạnh vào bờ đất, Nhân văng bắn lên cao, rơi xuống, đầu đập vào tảng đá, đau buốt. Cơn đau đưa Nhân chìm nhanh vào hôn mê.

Bình minh ló dạng, mưa tạnh, gió cũng đã ngừng. Ngày mới tinh khôi, tưởng chừng như chẳng chút liên hệ nào với sự hung bạo đêm qua. Nhân ra khỏi cơn mê. Mở mắt nhìn quanh, nhận ra mình đang nằm giữa đám lau cỏ, mặt đất xâm xấp nước. Nhân dần lấy lại tri giác, biến cố đêm qua tái hiện. Nhân đưa tay sờ đầu, phía bên trái đau nhói, Nhân biết mình bị thương, máu còn ri rỉ ướt. Chống tay ngồi dậy, Nhân lết ra khỏi đám lau cỏ, bò lên chỗ cao, tựa lưng vào một tảng đá, ngồi thở dốc.

Nắng lên, tiếng chim từ bìa rừng vang rộn rã, thảm hoa nở rộ, vàng rực, chạy dọc bờ sông, bầu trời xanh vòi vọi cùng những cuộn mây trắng trôi chậm. Khung cảnh đẹp và thanh bình. Làm sao có thể tưởng tượng ra, chỉ một đêm, cũng dòng sông êm ả kia đã nổi cơn thịnh nộ điên cuồng và bầu trời trong lành này đã âm u, ầm ĩ tiếng sấm cùng những tia sét chớp sáng liên tục. Nhân chợt nhớ ông già và Tư râu. Họ thế nào rồi? Nhân hy vọng với sức khỏe và kinh nghiệm sông nước, hai người sẽ không đến nỗi nào.

Khi sinh lực đã phần nào hồi phục, Nhân đứng dậy men theo bờ sông đi về phía hạ nguồn, Nhân nghĩ, chắc chắn sẽ gặp xóm làng nào đó, Nhân mệt và đói, thèm một món ăn có nước, phở chẳng hạn và cốc bia lạnh.

Đúng như phỏng đoán, Nhân bước chân vào khu xóm nhỏ cách bờ sông non trăm mét. Xóm chừng ba chục nóc gia, có quán nhỏ đầu xóm. Quán bán cơm và nước giải khát. Nhân vào quán gọi một đĩa cơm sườn, tô canh cải, và chai bia.

Trong lúc đợi phần ăn mang ra, Nhân nhìn suốt con lộ tới bờ sông, lũy tre lả ngọn chạy song song, phủ bóng mát che nửa mặt đường trải hắc ín, nhiều chỗ tróc lở. Nhân hỏi chủ quán,

"Xóm này gần thị trấn không?"

"Chừng mười cây số."

"Thị trấn tên gì?"

"X."

"Lớn không?"

Người đàn bà nhìn Nhân,

"Anh ở xa tới đây?"

"Vâng, lần đầu tiên tôi đến vùng này."

"Hèn gì. Không lớn không nhỏ nhưng có đủ các thứ."

Người đàn bà cười,

"Kể cả bia ôm, động điếm."

Người đàn bà kể, ngày xưa, thuở còn chiến tranh, nơi ấy có một tiểu đoàn lính Mỹ trú đóng, dân tứ chiến tụ lại, ban đầu chỉ năm bảy quán nhậu, động điếm. Dần dần, lương dân tụ về, thị trấn sung túc, nhà cửa mọc lên đông đúc. Chiến tranh chấm dứt, Mỹ về nước, thị trấn cũng tàn theo. Nhưng mười năm trở lại đây, dân từ miền Bắc di cư vào, thị trấn hồi sinh, có phần sầm uất hơn hồi chiến tranh. Nhân hỏi,

"Từ đây vào thị trấn đi bằng phương tiện gì?"

"Có xe lam, bến chỗ bãi trống kia kìa."

Nhân nhìn theo ngón tay chỉ của người đàn bà, trên bãi trống khoảng trăm thước vuông, vài ba chiếc xe lam đậu đợi khách, Nhân ăn xong trả tiền rời quán. Trưa đứng bóng, nắng rải xuống mặt nhựa, hơi nóng bốc lên lóa mắt.

Chỉ trên dưới mười cây số thôi nhưng đủ làm chiếc xe Lam già nua, ì ạch bò từng thước đường, bằng tốc độ ngang ngửa bộ hành, chưa kể nó phải thường xuyên dừng lại thả, đón khách, thành ra, phải mất hơn hai tiếng đồng hồ xe mới đến bến đậu. Thị trấn khá sầm uất, nhà cửa, phố xá tuy thiếu quy hoạch song cũng không đến nỗi vá víu như một số thị trấn Nhân đã đi qua. Hai bên đường trồng toàn phượng tím, loài này đến mùa ra hoa, tím rợp, rực rỡ, sinh động. Chỉ phải tội khi tàn, cánh rụng đầy, bộ hành qua lại dẫm đạp, bẩn, công nhân vệ sinh khổ không ít.

Trước tiên, Nhân vào một quán phở để thỏa mãn nhu cầu đòi hỏi của tâm thân, rồi mua một bộ quần áo và tìm quán trọ nghỉ, lấy lại sức. Nhân ngủ mê mệt một giấc dài, lúc thức dậy, trời đã ngả sang chiều. Tắm rửa, cạo râu, thay đồ, nhìn mình trong gương, tuy trải qua một đêm dồn dập tai ương, song có lẽ giấc ngủ và tô phở ngon miệng đã giúp Nhân không xuống sắc quá đáng, Nhân hồi tưởng cảnh trạng hôm qua, vừa sợ vừa mừng. Sợ, vì cái chết chỉ trong gang tấc; mừng, vì đã may mắn vớ được thân gỗ, thoát khỏi lưỡi hái tử thần. Bỗng dưng rơi vào một tình huống cực kỳ kinh hoàng, Nhân nghĩ, với ai, cũng là một trải nghiệm có một không hai, sau này, nếu còn sống, nhớ lại hẳn cảm giác sợ và mừng chắc không kém lúc vừa mới.

Chiều xuống sâu, đèn đường và các cửa tiệm vừa bật sáng. Khí hậu ban đêm vùng này dễ chịu, không oi bức ngột ngạt như các thành phố lớn phía Nam. Nhân muốn dạo một vòng, để xem thị trấn lớn bé thế nào. Quả như bà chủ quán xóm nhỏ ven sông cho biết, thị trấn không lớn, chỉ mất khoảng ba mươi phút đã đi hết mọi con đường. Nhân vào một quán cà phê đèn mờ. Quán bài trí theo phong cách trẻ, đèn phản quang, trên tường treo vài tấm tranh in lại, thể hiện rất rõ ý hướng làm mới, màu sắc tương phản, đường nét mạnh mẽ, dứt khoát. Quán không lớn, nhạc nhẹ, toàn những bài hát trước bảy mươi lăm, đa phần điệu boléro trầm bổng sướt mướt.

Em tiếp viên mặc váy ngắn, áo sơ mi mở hai nút trên cùng, không nịt ngực, hai trái vú đong đưa khiêu khích, cộng thêm giọng Bắc ngọt như mật,

"Anh trai dùng gì ạ?"

"Cà phê."

"Nóng hay lạnh, sữa hay đen ạ?"

Nhân nhìn em tiếp viên, đôi mắt long lanh ướt, hai núm vú thẫm màu sau lớp vải mỏng, đôi chân dài trắng mịn. Nhân không thể không buông lời trớt nhã,

"Cho anh cà phê đen đá, em nóng thế này, phải uống lạnh may ra hạ hỏa."

Em tiếp viên lẳng lơ,

"Cà phê đá không đủ sức hạ hỏa đâu, nếu anh trai muốn, em giúp."

"Bằng cách nào?"

"Anh trai thích cách nào em cũng chiều."

"Chà, nghe hấp dẫn đây."

Em tiếp viên đi vào trong, không quên ném lại nụ cười và cái nháy mắt đầy hàm ý. Một lát em trở ra, mang theo ly cà phê đá, cúi đặt xuống bàn, cố tình chồm người về phía Nhân, khoe bộ ngực thả rông. Nhân nhìn sâu vào cổ áo mở rộng, thấy rõ hai núm vú nâu nhạt. Nhân hỏi,

"Em làm đến mấy giờ?"

"Mười hai giờ."

"Khuya thế à?"

"Nghỉ sớm cũng được, chỉ trừ lương."

"Vậy thì mười giờ anh đến đón em. Ok?"

"Anh trai bù lương cho em nhé?

"Chuyện nhỏ."

Nhân uống hết ly cà phê, gọi tính tiền, ra khỏi quán sau khi nói với em tiếp viên,

"Mười giờ anh trở lại."

"Vâng, em chờ."

Nhân đi dọc vỉa hè. Trời thấp, đì đùng tiếng sấm. Lại sắp mưa. Nhân vào một nhà hàng nhỏ, gọi bia và phần ăn tối. Ngày xuống từ lâu. Đã ba tháng rồi kể từ ngày Nhân bỏ việc lên đường giang hồ, nhiều vùng đất Nhân đã đến. Nhanh, vài ba hôm. Chậm, một tuần, mươi ngày, nhưng không nơi nào giữ chân Nhân lâu hơn. Chẳng phải các địa danh mới không hấp lực, trái lại, nhiều nơi lắm quyến rũ mạnh mẽ, thế nhưng lòng Nhân vẫn nguội lạnh. Kể cả những cuộc tình, những quan hệ gái trai, vốn ngày trước là một đam mê luôn khiến Nhân bận tâm. Lý do nào gây nên sự dửng dưng này? Giản dị thôi, kể từ lúc Nhân biết tin, qua vài xét nghiệm y khoa, mầm ung thư trong người Nhân đã đến giai đoạn cuối. Lúc đầu mới nhận tin này, Nhân có cảm tưởng đang rơi vào một vực thẳm không đáy, Nhân đau đớn, tuyệt vọng. Từ một thanh niên trẻ, khỏe mạnh, học thức, công ăn việc làm vững chãi, gia đình thuộc tầng lớp trung lưu, bỗng chốc, mọi sự sắp biến vào hư vô. Thảm kịch lớn đến không thể tin được. Nhưng dần dần, Nhân hiểu ra, đó là sự thực, định mệnh đã an bài, không thể có cách nào khác ngoài cách chấp nhận. Dù hiểu thế nhưng lòng Nhân không thể không chao đảo. Đi, những tưởng các vùng đất lạ và những quyến rũ mới sẽ giúp Nhân nguôi quên phần nào nỗi bất hạnh. Vô ích! Nhân nghĩ đến cái hẹn lát nữa với em tiếp viên, chắc chắn Nhân sẽ có một đêm xác thịt được thỏa mãn. Nhưng rồi ngày mai thức dậy, một mình với căn bệnh bất trị, Nhân cô đơn biết chừng nào.

Uống cạn ly bia, Nhân rời quán. Nhìn giờ trên *cellphone*, Nhân trở lại quán cà phê.

Nắng ban mai phủ trọn hành lang. Thị trấn có vẻ chưa thức giấc, đường phố vắng, thỉnh thoảng một chiếc scooter chạy qua, tiếng động cơ nhẹ. Nhân ngồi dậy, với lấy quần áo mặc vào rồi lay vai cô tiếp viên,

"Dậy, cô bé."

Cô tiếp viên xoay người vào trong, giọng nhựa,

"Để yên em ngủ, có ngủ nghê gì với anh được

đâu."

"Dậy, ăn sáng xong anh phải đi ngay."

Cô tiếp viên mở mắt,

"Anh đi đâu?"

"Rời khỏi đây đến một nơi khác."

"Nơi nào?"

"Anh chưa biết."

Nhân ngồi dậy, vào *restroo*m, suốt đêm quần quật, bây giờ thấm mệt. Ba tháng, từ ngày quyết định dùng số tiền dành dụm bao năm, số tiền Nhân định ngày nào đó tìm được đối tượng ưng ý sẽ tổ chức một đám cưới thật linh đình, nói theo ngôn ngữ thời thượng, hoành tráng. Thế nhưng căn bệnh quái ác đã khiến Nhân xoay dự tính qua hướng khác. Số tiền gửi ngân hàng tuy không lớn so với các đại gia nhưng chắc chắn đủ giúp Nhân thoải mái giang hồ khắp nơi cho đến ngày về với đất. Ba tháng, hàng chục địa danh Nhân đã đi qua, đã dừng chân, đã thỏa mãn với bao thân xác đàn bà, để rồi sáng ra nhìn mình trong gương, Nhân luôn tự hỏi sẽ đến đâu và được gì sau buông thả này? Đã đành tương lai đối với một người biết chắc mình sẽ về với đất trong tương lai gần không còn là mối bận tâm, song càng ngày Nhân càng nhận ra sự tệ hại của hành động buông thả. Xác thịt no đủ bao nhiêu thì tâm hồn khánh kiệt bấy nhiêu. Ba tháng, Nhân gần như không đụng đến sách vở, tranh ảnh, những món ăn tinh thần từng gắn bó với Nhân suốt thời trung học, đại học và sau này khi đã đi làm. Ba tháng, đắm chìm trong mọi thú vui thuần vật lý, rượu chè, gái trai, hút sách, Nhân thay đổi hoàn toàn. Đôi lúc bình tâm nhìn lại, Nhân tự hỏi rồi sẽ đến đâu? Nhưng rồi Nhân lại chép miệng, mặc, đường nào cũng sẽ về với đất.

Nhân ra khỏi *restroom*, cô tiếp viên đã ngủ lại. Đôi mắt nhắm, môi hơi mở, khuôn mặt nhạt phấn son trông tai tái. Nhân mở bóp lấy vài tờ tiền mệnh giá lớn đặt trên gối rồi khoác ba lô lên vai, vỗ vỗ vai em tiếp viên,

"Anh đi, cứ ngủ kỹ."

Nhân mở cửa. Em tiếp viên chồm dậy,

"Anh…."

Không quay lại, Nhân nói,

"Ngủ tiếp đi."

"Anh…"

Nhân khép cửa, đi dọc hành lang, xuống thang lầu, ra đường. Thị trấn bắt đầu sinh động. Nhân đến quán phở đã ghé hôm qua. Vẫn theo thói quen, gọi tô tái nạm gầu và ly cà phê sữa đá, nhẩn nha ăn uống, kéo dài thời gian đợi nắng lên cao. Khi bóng cây góc quán thâu ngắn bóng râm, Nhân gọi tính tiền và rời chỗ ngồi. Nhân tản bộ đến bến xe đò, tìm chiếc xe tốc hành ra phía Bắc.

Dễ chừng đã trên mười giờ sáng. Xe rời bến, chạy chậm. Người đàn ông ngồi cạnh có vẻ bực mình,

"Chạy như rùa thế này bao giờ mới đến!"

Nhân hỏi,

"Anh đến đâu?"

"Y"

Nhân mỉm cười,

"Chỉ tám mươi cây số, thế nào chiều cũng đến, nóng lòng làm gì."

Khác với người đàn ông kia, Nhân không quan tâm chuyện nhanh chậm. Đi không mục đích, đi chỉ cốt quên thời gian. Ngồi một chỗ, gặm nhấm ngày tháng trì trệ, Nhân e chưa chết vì căn bệnh mãn tính mà sẽ chết vì cô quạnh. Cảnh quang hai bên đường ít thay đổi, đơn điệu, vẫn màu vàng của lúa đến mùa gặt, vẫn xa xa thôn làng sau lũy tre, vẫn những bờ mương chạy song song mặt lộ, cỏ ống bò tràn mặt nước váng phèn nâu đỏ, khác hẳn đường lên cao nguyên Nhân đã đi qua tháng trước. Bầu trời thấp, xám đục, chiếc xe ì ạch bò từng thước đường đẫm ướt quanh co lên cao, nhiều nơi dốc gần thẳng đứng, rừng thông chập chùng khuất ngọn trong sương, những tảng đá nhô ra từ vách núi như có thể rơi xuống vực sâu bất cứ lúc nào, vài con nai ngơ ngác chiếu tia nhìn lạ lẫm vào chiếc xe đò cực nhọc bò chậm rồi chợt phóng nhanh vào bìa rừng chen đầy những gốc thông lớn và bụi cây rậm lá khi đầu xe lù lù gần sát.

Nhân hỏi người đàn ông,

"Hơn hai mươi năm trước theo mẹ đến thăm ba tôi đóng đồn nơi này, thuở đó chỉ là quận lỵ nhỏ xíu, nghe nói bây giờ lớn lắm, phải không ông?"

"Phải, diện tích dễ chừng gấp bốn ngày xưa, lên tận miền cao, đường sá, nhà cửa, dân từ ngoài vào định cư, anh không nhận ra đâu."

"Ồ, tôi chưa định ghé đây, nhưng nghe ông nói, có lẽ tôi phải ghé ngay."

Người đàn ông nhìn Nhân, vẻ ngạc nhiên,

"Là sao?'

Nhân vội giải thích,

"Tôi nghỉ thường niên, đi du lịch không chủ đích, tính ra Bắc, khi về sẽ ghé vùng này, nhưng bây giờ tôi thay đổi ý định."

Nhân và người đàn ông xuống xe. Buổi chiều đã nhá nhem, nắng tắt từ lâu. Hai người đi về hướng thị trấn. Nhân hỏi,

"Khách sạn gần đây không?"

"Gần, xa gì cũng có. Nếu sang, anh có thể ở khách sạn lớn, bình dân thì nhỏ, đủ cỡ."

"Tôi không cần sang, miễn đầy đủ tiện nghi."

"Vậy thì anh nên ở HB, đường HL, nhỏ nhưng tốt lắm. Anh đón xe ôm, họ sẽ đưa đến."

Nhân chia tay gã đàn ông chỗ lối vào công viên nhỏ đầu thị trấn rồi gọi xe đến khách sạn HB như chỉ dẫn.

Sau khi nhận phòng, tắm rửa, thay đồ, Nhân xuống đường. Phố đã sáng đèn. Nhân đi dọc vỉa hè rộng, vượt qua ngã tư vào một tiệm ăn. Trong lúc chờ thức ăn mang đến, Nhân nhìn ra cửa, bộ hành ngược xuôi, cảnh vật hoàn toàn khác xưa. Không thể nào tìm thấy mối liên hệ giữa một phố quận đìu hiu mù mịt bụi đỏ hai mươi năm trước với thị trấn sinh động bây giờ. Hai mươi năm, khoảng thời gian đủ cho đứa bé ngơ ngáo ngày nào trở thành một thanh niên chững chạc bây giờ.

Ngày đó ba đi nghĩa vụ quân sự, đơn vị đóng quân ở quận lỵ này, thỉnh thoảng mẹ ra thăm ba. Một lần ba thư về bảo mẹ dẫn Nhân theo nếu mẹ đi thăm. Chỉ một lần duy nhất đó thôi, bốn tháng sau ba theo đơn vị dời vào miền Tây và tử trận khi hành quân sang Campuchia. Mẹ tuy còn trẻ vẫn nhất định không tái giá, dù không ít người muốn cùng mẹ gá nghĩa, kể cả chú B nhỏ hơn mẹ sáu tuổi, chưa từng có vợ. Nhân và Hạnh thích chú B, lần nào đến chú cũng mua cho hai anh em Nhân quà cáp hoặc dẫn đi ăn vặt. Mẹ cười, bọn mày bị chú B mua chuộc mất rồi. Mẹ một mình bươn chải nuôi Nhân và cô em ăn học tới nơi tới chốn.

Hạnh có chồng năm rồi. Hoàng, chồng Hạnh tốt nghiệp kiến trúc, có nhiều cổ phần trong một công ty thiết kế và xây dựng lớn. Đất nước thời mở cửa, nhu cầu xây cất cao, công ty làm ăn phát đạt, vợ chồng Hạnh có cuộc sống vật chất sung túc và hạnh phúc. Hạnh vừa có thai. Nếu mọi chuyện tiến triển tốt, sang năm Nhân lên chức bác.

Căn bệnh nan y bất ngờ đẩy Nhân xuống vực sâu

tuyệt vọng. Làm sao biết trước được chuyện gì sẽ xảy ra? Cuộc đời con người luôn diễn ra theo một hướng nào đó nằm ngoài dự kiến. Trưởng thành trong vòng tay bảo bọc của mẹ, tốt nghiệp, đi làm, công việc phù hợp khả năng, đường công danh rộng mở, những bóng hồng, những cuộc tình, những vui chơi bè bạn… Tưởng mọi chuyện cứ thế trôi êm, rồi sẽ lấy vợ, có con, rồi sẽ nhà cửa, tài sản, những quan hệ xã hội…, mọi sự bỗng chốc vụn vỡ!

Nhân trở về phòng, bật điện, mở tấm màn cửa sổ. Phía xa, dãy núi chập chùng nhạt nhòa trong ánh sáng của chi chít sao, tựa vô số hạt đá quý trên tấm thảm bầu trời mùa hè thăm thẳm. Nhân thay đồ ngủ, tắt đèn, lại giường ngả lưng nhắm mắt. Nhân muốn ngủ sớm lấy sức, ngày mai sẽ đi thăm vùng đồi núi từ lâu, qua báo chí và các phương tiện truyền thông, Nhân biết cảnh trí nơi này đẹp như tranh Tàu, cùng ngôi cổ tự, chỗ tu hành của các ni sư.

Cổ tự ra đời cách đây đúng 173 năm, thoạt kỳ thủy do một ni sư tạo dựng. Theo thời gian, câu chuyện khai sinh Phật tự dần trở thành truyền thuyết, mà đã là truyền thuyết thì phải thêm thắt vài yếu tố huyền hoặc mới hấp dẫn, lôi cuốn. Chuyện kể, ni sư trên đường du hành đến làng nhỏ dưới chân núi thì trời đã tịch dương. Giữa mênh mông những thửa ruộng đã gặt trơ chân rạ lấp xấp nước, ni sư nhìn quanh, trên gò cao, dưới tàng cây bàng rậm lá có một túp lều của dân chăn vịt. Ni sư vào lều, gom mớ rơm dồn đống trong góc trải rộng, lấy vuông vải nâu trong tay nải phủ lên. Thế là có một chỗ nghỉ ngơi êm ái. Sau khi độ hết hai vắt cơm chấm muối mè, một trái chuối, ni sư ra ruộng, khom người bụm hai tay vốc nước uống, nhân tiện rửa mặt. Đêm đã thực sự làm chủ, tiếng ếch nhái ễnh oang. Ni sư trở lại lều, ngồi vào vuông vải trong tư thế kiết già, hai bàn tay bắt ấn ngửa trên đùi, mắt khép một nửa nhìn xuống, nhanh chóng nhập định. Tiếng giun dế, tiếng cá quẫy đạp dưới ruộng nước càng nổi rõ cái yên tĩnh của đêm. Bầu trời cao, sao chi chít, hàng tre đầu làng dưới chân núi nổi mờ. Gió hiu hiu, tàng bàng cạnh lều nhẹ rung. Ni sư vẫn ngồi yên như tượng, rất lâu. Đêm trôi chậm, mãi đến khi văng vẳng tiếng chuông chùa vọng từ làng, chân trời dần ửng sáng, bình minh sắp đến. Ni sư xả thiền, làm vài động tác thư giãn trước khi đứng dậy ra bờ ruộng rửa mặt. Khi trở vào, ni sư giật mình nhìn thấy một con trăn lớn cuộn tròn trước lều ngóc đầu nhìn, vẻ hiền từ. Lấy lại bình tĩnh, ni sư lên tiếng,

"Nhà ngươi muốn gì?"

Con trăn lặng lẽ trườn nhẹ trên đường mòn dẫn về phía núi. Tâm thức đột nhiên bừng sáng, ni sư hiểu con trăn muốn đưa bà đến nơi nào đó. Ni sư vào lều lấy tay nải đeo lên vai rồi theo sau. Đến chân núi, con trăn tiếp tục lên cao. Cỏ cây, bụi rậm, đá tảng chất chồng. Tuổi già, sức yếu, ni sư phải ngồi nghỉ nhiều lần. Con trăn có vẻ hiểu ý, cuộn tròn dưới chân ni sư chờ đợi. Một lát đỡ mệt, ni sư cúi xuống vỗ đầu con trăn, nhỏ giọng,

"Ta đi."

Cả hai tiếp tục hành trình. Gần đứng bóng, con trăn dừng lại. Trước mắt ni sư là một bãi đất nhỏ, phía sau là hang động khá lớn luồn sâu trong vách đá dựng đứng, dây leo chằng chịt mọc ra từ các kẻ đá, phía trước là vực thẳm, những cây to từ đáy vươn ngọn cao chót vót nhưng vẫn chỉ đến lưng chừng, chứng tỏ vực rất sâu. Con trăn bò chậm, quay đầu nhìn sư cô rồi biến mất trong hang. Ni sư bỗng thấu thị, nơi này sẽ là nơi bà tu trì và sẽ trở thành vùng đất thiêng mai sau.

Sư cô đi sâu vào hang, quan sát và tìm thấy một chỗ bằng phẳng, thoáng rộng, ánh sáng lung linh dịu nhẹ nhờ ô trống xeo xéo trên vách hang nhìn ra khoảng trời trong xanh chói chang nhức mắt. Một dòng suối nhỏ từ khe đá róc rách chảy ra đổ vào hồ nước nhỏ trong vắt thấy đáy. Rất lâu sau này, người ta còn truyền tụng nhiều sự việc nhuốm màu huyền hoặc. Chẳng hạn vào thời kỳ đầu, hoa quả không bao giờ thiếu do chim chóc, chồn cáo, khỉ vượn mang đến hàng ngày. Hoặc vào những tháng mùa đông mưa gió, khoảng trống trên vách hang được các loài thú rừng kéo cây cành rậm lá che kín, giữ cho hang động luôn khô ráo, ấm áp.

Từ hôm ấy, ngoài thời gian ngồi thiền, công phu kinh kệ, ni sư còn vào rừng hái các loại lá thuốc chữa bệnh thời khí phổ thông mà lúc còn trẻ, ni sư được sư phụ truyền dạy, mang xuống làng đổi gạo, muối, mè, đậu phộng, nước tương, xì dầu… . Dần dà, dân làng biết tiếng, thường lên nhờ ni sư chẩn bệnh, hốt thuốc, đổi lại, họ mang lương thực cung cấp cho ni sư. Quan hệ giữa ni sư và dân làng gắn bó mật thiết theo thời gian. Tịnh cốc không những được dân làng dưới chân núi biết, tiếng lành còn vang xa đến các địa phương khác, tỉnh khác, miền khác. Nhiều thiện nam tín nữ tìm đến cúng bái và trong số này, thỉnh thoảng có người xin quy y tu học.

Tịnh cốc hội đủ mọi yếu tố, từ thực tế đến truyền thuyết, để trở thành một vùng đất linh thiêng.

Nhờ đóng góp của bá tánh, mươi năm sau, một ngôi chùa hình thành ngay trước cửa động. Phân nửa nhô ra, phân nửa chìm vào hang núi. Qua thời gian ngôi chùa rêu phong, dây leo bò ngang dọc trên các vách tường, quấn quanh các gờ mái, càng tôn thêm sự u trầm huyền hoặc. Sư bà khai sáng viên tịch sau nhiều tháng rút vào thạch thất diện bích, giao việc điều hành Phật sự cho một sư cô tuy đã trọng tuổi, nhưng vẫn còn khỏe mạnh và đạo hạnh uyên thâm.

Nhục thân sư bà được an táng, xây tháp trên một gò đất cao bên cạnh cổ tự cùng nhiều phần mộ khác của những vị kế thừa.

Trải nhiều đời, cổ tự này trở nên một danh thắng không chỉ của địa phương và các tỉnh lân cận, mà còn lan rộng khắp nước. Hầu hết mọi công ty du lịch đều đưa di tích này vào lịch trình các tours.

Nhân theo đoàn người hành hương leo từng bậc đá dẫn lên chùa. Đường đi ngày nay không còn khó khăn như xưa. Người ta đã dùng đá sắp xếp thành bậc cấp dẫn từ chân núi đến sân chùa. Một bờ tường thấp cũng được xây dọc vực sâu để giữ an toàn cho khách hành hương.

Đến nơi, Nhân ra đứng tựa bức tường thấp nhìn xuống vực, gió cuộn lên lồng lộng, sương mù cũng phủ kín những ngọn xanh chao nhẹ. Một con chim lớn từ vùng sương mù thoát ra, đôi cánh sải rộng vỗ chậm. Con chim lượn một vòng trước khi vút lên cao ra khỏi miệng vực bay nhanh xuống núi, mất hút phía chân trời. Nhìn theo cánh chim, Nhân chợt ước, giá bay được như chim, thích biết mấy, nhất định Nhân sẽ xuống dưới kia xem sao.

Sân chùa tấp nập khách hành hương. Cảnh đông vui khiến Nhân tưởng tượng ra thời tịnh cốc còn vắng lạnh, một mình sư tổ với những vách đá câm nín, tiếng dơi đập cánh, tiếng côn trùng râm ran, tiếng nước róc rách, tiếng gió hú dưới vực sâu… Chỉ những vị chân tu mới thích nghi được với môi trường sống như thế. Thời gian trôi qua, làm sao ngờ được sau 173 năm, núi rừng hoang vu xưa kia đã biến thành vùng đất tấp nập khách hành hương bây giờ? Sự biến thiên của lẽ vô thường. Vài triệu năm trước có thể nơi này là mênh mông biển cả, một cái cựa mình của trái đất, biển xanh hóa thành núi non. Bốn tỉ rưỡi năm, bao nhiêu biến thiên tang hải, bao nhiêu lần trái đất xóa rồi xây? Đến, đi, còn, mất, hợp, tan, thành tựu, hủy diệt…, thân phận con người, sao mà nhỏ nhoi đến vô nghĩa trong cõi vô cùng của đất trời. Nhân bật cười, nhảm thực. Dưng không bỗng suy nghĩ mông lung!

Rời chỗ đứng, Nhân dạo quanh. Diện tích khuôn viên cổ tự không lớn, ngoài ngôi chùa, bên trái là một gò cao, nơi yên nghỉ của năm vị trưởng tràng kể từ ni sư đầu tiên. Ngôi tháp cao và lớn nhất của sư bà khai sáng nằm giữa, bốn cái còn lại cùng kích cỡ, tất cả đều cũ kỹ, rêu phong.

Mặt trời bắt đầu ngả bóng, tàng râm cây cổ thụ góc vườn mộ phủ trên nửa ngôi tháp gần cổng vườn. Nhân đến gần, nhìn những hàng chữ khắc trên bia đá, khác với đa số các bia mộ Nhân đã từng xem, thường bằng chữ Nho, ở đây là chữ Nôm.

Trên bệ đá trước ngôi tháp của sư bà khai sáng thánh địa này đặt một lư hương lớn cắm đầy chân nhang, giữa có ba cây hương hình như mới đốt, ba sợi khói vươn cao ẻo lả tỏa mùi thơm khắp vườn mộ. Có người vừa đến đây. Nhân nhìn quanh, không thấy ai, vườn mộ chỉ một mình Nhân. Chiều đã chớm, gió nhẹ thổi, nắng vàng óng trên thảm cỏ dọc hai bên lối đi rải sỏi vàng ngà. Trên bụi hoa trắng cạnh một ngôi tháp, con bướm màu sắc sặc sỡ nhẹ đập đôi cánh chuyển từ đóa hoa này sang đóa hoa khác. Chợt Nhân nhìn thấy chiếc túi vải nằm trên bệ đá gần lư hương, chiếc túi màu lam, giữa túi thêu một hoa sen trắng mãn khai, chắc người nào đó vừa viếng ngôi tháp bỏ quên đây. Nhân nghĩ, thế nào họ cũng sẽ trở lại tìm.

Không sai, chỉ mươi phút sau một thiếu nữ trẻ tất tả bước vào cổng. Cô mặc chiếc áo bà ba màu khói, vạt xẻ cao để lộ khoảng da trắng hai bên hông, mái tóc dài cột đuôi ngựa phơi lộ vành tai hồng, mắt to, sóng mũi thẳng, môi mịn, hai má no căng phúc hậu. Nhân bàng hoàng trước nhan sắc của thiếu nữ, một nhan sắc thanh thoát, tinh khiết, không phấn son. Thiếu nữ đi nhanh đến. Nhân lên tiếng,

"Tôi đoán thế nào cô cũng trở lại."

Thiếu nữ với tay lấy túi xách,

"Tôi bỏ quên."

Thiếu nữ khẽ cúi đầu chào Nhân rồi quay lưng ra cổng, mất hút sau bờ cây.

Nhân trở lại chùa, vào thắp hương lạy Phật. Chánh điện rộng, đông kín người, mùi nhang trầm thơm ngào ngạt. Làm xong bổn phận, Nhân lui ra, lững thững xuống núi. Lác đác cũng có người rời chùa. Một thiếu nữ níu tay gã con trai bước xuống từng bậc đá. Nhìn cử chỉ ân cần của gã con trai và dáng vẻ e ấp của thiếu nữ, đoán họ là một cặp tình nhân đang trong thời kỳ mặn nồng, đi chùa chắc chỉ là cái cớ. Nhân mỉm cười nghĩ, thời gian này hẳn họ vô cùng hạnh phúc và rồi cũng như bao cặp tình nhân khác, nếu lấy nhau, mọi thứ sẽ trở nên quen thuộc. Sự lặp lại là nguyên nhân chính làm tầm thường mọi chuyện, đó là sự thực. Nhân trở về với hình ảnh thiếu nữ đã gặp trong vườn mộ. Vóc dáng, khuôn mặt người con gái gần như không rời khỏi tâm trí. Chưa bao giờ trong đời Nhân diện kiến một nhan sắc như thế. Một nhan sắc khiến Nhân liên tưởng đến những đóa quỳnh sen trắng nõn, cánh mỏng, xinh xắn mà mỗi sáng Nhân ra ngồi trên chiếc sofa đơn ngoài hành lang, ôm tách cà phê ấm nóng, ngước nhìn những cánh hoa mãn khai kết thành chuỗi dài, thòng xuống nhẹ đưa trong gió sớm. Hình ảnh tĩnh lặng và bình dị. Một vẻ đẹp mộc mạc, tự tại giúp Nhân như được nạp thêm năng lượng để đối đầu với một ngày mới.

Những đóa quỳnh sen. Nhân tự hỏi tại sao có sự liên tưởng này? Phải chăng bằng linh giác, Nhân cảm biết được bên trong thể xác mảnh mai kia là một nội lực vững vàng, một niềm tin mà không chướng ngại nào có khả năng làm chao đảo được. Niềm tin gì, Nhân không biết. Nhưng trái tim Nhân mạnh mẽ xác quyết điều ấy có thực, đang tồn tại trong tâm hồn, trí não thiếu nữ.

Xuống đến chân núi, Nhân gọi xe ôm về khách sạn,

lên phòng tắm gội, thay bộ quần áo ngủ rồi bấm chuông gọi nhân viên tiếp tân mang lên phần cơm với hải sản xào và chai rượu chát.

Khi gã tiếp tân lên phòng thu dọn chén đĩa, Nhân hỏi,

"Ở đây có... "tươi mát" không?"

Gã tiếp tân cười,

"Tại chỗ thì không nhưng khách có nhu cầu chúng tôi sẽ gọi."

"Vậy gọi cho tôi một ghệ nhé."

"Dạ."

"Phải chất lượng đấy."

Gã tiếp tân lại cười,

"Tiền nào của đó."

"Ok, thơm nhất."

"Dạ, hai mươi phút nữa."

Gã tiếp tân ra khỏi phòng với khay chén đĩa bẩn. Nhân ngả người xuống giường.

Thiếu nữ lại trở về. Kỳ lạ, sao thế nhỉ? Người con gái ấy, xét tổng thể chẳng có gì đặc biệt ngoài sự dịu dàng, mong manh, Nhân đã từng gặp trong quá khứ, không ít mẫu người như thế. Có làm tâm hồn Nhân gờn gợn đôi chút, nhưng rồi cũng qua đi, không ai để lại dấu ấn gì sâu đậm. Thế nhưng riêng lần này, Nhân linh cảm, thiếu nữ ấy sẽ tác động mạnh đến tâm thân Nhân, nếu định mệnh sắp đặt cho Nhân gặp lại.

Gặp lại?

Thành phố này nhỏ, nhưng không có địa chỉ, việc hy vọng gặp lại thiếu nữ, xác suất may rủi xem chừng rất khiêm nhường!

Có tiếng gõ cửa. Nhân ngồi dậy, nói lớn,

"Vào đi, cửa không khóa."

Một khuôn mặt con gái xuất hiện qua khe cửa mở trước khi cô ta bước hẳn vào trong. Nhân nhìn. Cô bé còn rất trẻ, có lẽ chừng 16, tóc ngắn khoe ngấn cổ cao, chảy xuống đôi vai trần và hai bầu ngực lớn. Cô mặc áo phông cổ rộng, ngắn phơi rốn, chiếc váy trễ hà tiện vải, chỉ che được một phần mông. Cô bé sexy, sự sexy mang vẻ đĩ thõa, Nhân không thích, nhất là hình ảnh thiếu nữ mặc áo màu khói hương không ngừng chiếm giữ đầu óc Nhân kể từ lúc nhìn thấy. Nhưng rồi Nhân tự nhủ, mục đích của mình chỉ thuần túy giải quyết nhu cầu thân xác, càng sexy càng tốt chứ sao, so đo làm gì.

Nhân giang rộng đôi tay, cô bé sà xuống,

"Anh từ đâu đến?"

"Sao em hỏi thế?"

"Nhìn, biết ngay anh không thuộc dân ở đây."

"Em căn cứ vào đâu?"

Cô bé cười lớn,

"Haha..., con trai vùng này em rành sáu câu, tắm rửa kỳ cọ cách gì, chân cũng không sạch nổi váng phèn."

Nhân vùi mặt vào ngực cô bé, lòn tay xoa gò tình

nây nẩy,

"Chà, màu mỡ nhỉ."

Cô bé cười rinh rích, lẳng lơ,

"Ngon không?"

Nhân không trả lời, nhanh chóng thoát y cho mình và cô bé.

Sau trận tình, Nhân hỏi cô bé,

"Em tên gì? Tối nay ở lại đây với anh nhé?"

"Ở lại với anh, ok, nhưng đông bạc đấy."

"Nhiêu?"

Cô bé nói giá, Nhân cười,

"Cũng ok."

Dừng một chút, Nhân lại hỏi,

"Em chưa trả lời, em tên gì?"

"Loan"

Nhân ngửa người, với tay lấy bao thuốc trên mặt bàn đêm rút một điếu, đốt, nhả khói. Bỗng cảm thấy đau nhói sườn bên phải, Nhân biết bệnh lại hành. Chợt nhớ mấy câu thơ của Mai Thảo,

Bệnh ở trong người thành bệnh bạn
Bênh ở lâu dài thành bệnh thân
Gối tay lên bệnh nằm thanh thản
Thành một đôi ta rất đá vàng

Không thanh thản nổi. Những cơn đau quặn thắt,

mỗi ngày một nhiều hơn, lâu hơn. Nhân biết ngày chung cuộc không còn xa.

Lần khám cách đây sáu tháng, sau khi xem kết quả thử máu, vị bác sĩ nhìn Nhân ái ngại,

"Anh bị ung thư gan."

Nhân hoảng hốt,

"Lâu chưa bác sĩ?"

"Bệnh này khó phát hiện nên thường khi bệnh nhân biết thì đều vào giai đoạn cuối. Anh cũng thế."

"Không có triệu chứng để người bệnh cảnh giác sao?"

"Có chứ, nhưng chẳng mấy ai quan tâm."

"Sao lạ vậy?"

"Những triệu chứng thường làm bệnh nhân nghĩ mình đang vướng phải những căn bệnh thông thường về tiêu hóa, như thỉnh thoảng nhói đau bên sườn phải, đi cầu phân trắng, biếng ăn, sình bụng…"

Nhân nhớ lại, quả như thế, và quả Nhân đã không quan tâm thật.

Bên cạnh, Loan đã ngủ. Nhìn cô bé mắt nhắm, thở đều, trần truồng, ngực vun núm hồng, bụng phẳng eo thon, gò tình vồng cao rậm lông…, nếu không làm nghề này, thì với nhan sắc sở hữu, cô bé dễ dàng có được một tấm chồng đàng hoàng. Số phận con người, mấy ai như ý?

Nhân kéo tấm chăn đắp lên người Loan, ngồi dậy ra

đứng cạnh cửa sổ nhìn bầu trời đêm nặng mây. Có thể lại mưa! Nhân dự tính sáng mai sẽ lên đường ra Bắc. Nhân lo, không biết thời tiết sẽ thế nào?

Đêm qua, gần sáng mưa lớn nhưng không kéo dài, tạnh khi bình minh lên. Trời trong như vừa được trận mưa rửa sạch. Loan vẫn còn ngủ. Nhân làm vệ sinh xong, ra thu xếp hành lý rồi đánh thức cô bé, bảo sửa soạn nhanh để cùng đi ăn sáng,

"Anh phải đi ngay, để trưa nắng lớn, mệt." Nhân nói.

Loan dấm dẳng,

"Từ từ đã nào, làm như chạy giặc!"

Loan khỏa thân vào buồng tắm, hai trái vú rung rung theo từng bước chân, đám lông đen rậm trên gò tình chọc vào mắt làm Nhân không thể không buông lời,

"Nếu không đi gấp, anh phải làm thêm một quả."

Loan quay lại lườm Nhân,

"Lục đục cả đêm chưa đã sao?"

"Em ngon thế kia, biết mấy cho đã!"

Loan cười rất đĩ,

"Mai mốt trở lại, tha hồ hưởng."

"Cho anh số điện thoại."

"Lát nữa em sẽ nhắn vào điện thoại anh."

Nhân gọi taxi đến quán RĐ theo giới thiệu của gã tài xế. Quán đông, tiếp viên lịch sự, cà phê ngon, thực đơn phong phú ngoài món chủ lực là bánh cuốn, cũng ngon danh bất hư truyền. Ăn xong, Nhân chia tay cô bé, hẹn gặp lại khi trở về rồi ra ngay bến xe. Nhân lựa chỗ ngồi cạnh cửa sổ để có thể nhìn cảnh vật bên ngoài. Xe chạy chậm, nuốt từng thước đường một cách mệt nhọc, càng chậm hơn bởi xe dừng lại thả khách xuống hoặc đón khách mới, Nhân nhớ gã đàn ông đồng hành lần trước và giọng càm ràm không ngớt suốt lộ trình, Nhân mỉm cười, xe chạy chậm thật, nếu không rong chơi vô định, hẳn Nhân cũng càm ràm như gã đàn ông.

Thành phố Nhân sắp ghé, sát duyên hải, có bãi tắm ngày xưa của Nam Phương hoàng hậu.

Trong một lần vua Bảo Đại và vợ du hành đến đây, thấy bãi biển đẹp, bà bèn chọn làm bãi tắm của riêng mình. Từ đó, nơi này có tên là bãi tắm Hoàng Hậu. Cũng bởi cảnh đẹp nên năm 1927, vua Bảo Đại đã cho xây dựng một biệt phủ ba tầng nguy nga, làm nơi nghỉ dưỡng cho hoàng tộc. Qua nhiều biến động, biệt phủ bị phá hủy, chỉ còn trơ móng, nhưng cái tên bãi tắm Hoàng Hậu vẫn tồn tại đến ngày nay.

Tên nguyên thủy của bãi biển này là bãi Nhạn (chắc do có nhiều chim nhạn quần tụ) hay bãi Trứng (vì có vô số những viên đá hình quả trứng chồng chất ngổn ngang dọc bãi). Điểm đặc biệt, cũng theo lời anh tài xế taxi, nếu đi dọc bãi trứng, sẽ bắt gặp một phiến đá có bức phù điêu hình mặt người.

Bãi trứng

Anh tài xế giới thiệu thêm, nơi này ngoài tắm biển, còn nhiều tiết mục khác như câu cá, leo núi, lướt sóng hoặc viếng thăm mộ thi nhân Hàn Mặc Tử, Nhà Thờ Đá, Lầu Ông Hoàng cách không xa.

Nhân từng đọc và nghe truyền tụng khá nhiều giai thoại về cuộc tình lắm đắng cay của nhà thơ tài hoa mệnh yểu với người đẹp Mộng Cầm nên tò mò, bảo anh tài xế chở đến địa danh này xem qua cho biết.

Cũng chẳng có gì đặc biệt. Ngôi giáo đường đổ nát um tùm cỏ, cây dại. Lầu Ông Hoàng trơ vơ trên gò đất cao, hoang tàn, rêu phong, vôi vữa bong tróc, cửa nẻo bị kẻ gian tháo gỡ từ lâu. Người ta truyền tụng lúc thịnh thời, biệt thự này là nơi tụ hội của giới thượng lưu, tiệc tùng, nhảy đầm, mệnh phụ phu nhân, quan chức lớn, doanh gia tiền muôn bạc bể cùng ông vua nổi tiếng ăn chơi, hưởng thụ. Chỉ hơn nửa thế kỷ mọi sự đã thành giai thoại! Lại một lần nữa Nhân thấm thía lẽ vô thường! Mộ Hàn Mặc Tử được tôn tạo với các tảng đá, viết bằng sơn theo lối thư họa vài câu thơ nổi tiếng của người thi sĩ bất hạnh, trông quê mùa và tạm bợ. Hầu hết các điểm du lịch đều khiến Nhân thất vọng, nhếch nhác, kém cỏi mọi mặt, nhất là nghiệp vụ du lịch, quá tệ! Nhìn sang các nước láng giềng, ta thua họ khá xa. Vì đâu nên nỗi?

Trở lại khách sạn sau gần trọn ngày thăm viếng các nơi, Nhân muốn ngủ một giấc lấy lại sức để đến tối, sẽ lang thang các hàng quán dọc bờ biển. Cũng theo lời anh tài xế taxi, rất nhiều món nhậu hải sản tươi sống, nghêu, sò, tôm, cua, cá, mực… do các tay đầu bếp chuyên nghiệp chế biến, sẽ làm vừa lòng những khẩu vị khó tính nhất.

Nhân dậy khi trời đã xuống khá lâu. Nơi Nhân trọ cách bờ biển hai ngã tư, khoảng trên dưới một cây số. Đứng trên balcon nhìn ra, có thể thấy khá rõ những hàng quán dọc bờ biển sáng rỡ ánh đèn. Khách du lịch dạo chơi, ra vào các quán nhậu đông vui. Nhân thay bộ đồ thể thao gọn nhẹ, xuống đường, đi bộ về hướng biển. Gió lồng lộng, mùi muối mặn ngập không khí, Nhân ngửa mặt hít sâu, cảm thấy sảng khoái. Nhân nhớ khí hậu trên núi cao có ngôi cổ tự cũng tương tự, lành lạnh, thanh sạch. Ngôi cổ tự, vực sâu đầy sương, chánh điện nghi ngút khói nhang, vườn mộ với những tháp thờ rêu phong, và thiếu nữ mặc áo màu khói hương.../=0uyzx

Thiếu nữ, đôi mắt long lanh sáng, vầng trán phẳng, mũi dọc dừa, môi đỏ mịn, ngấn cổ dài, vai ngang, dáng cao, bước đi khoan thai. Nhan sắc gợi nhớ những đóa quỳnh sen, thòng xuống ngoài hành lang đong đưa trong gió nhẹ những sáng tinh sương... Thiếu nữ, liệu còn gặp lại? Hình ảnh người con gái vẫn chiếm giữ một vị trí lớn trong đầu Nhân, có dịp là bật ra, rõ nét. Thiếu nữ, như chuỗi ánh đèn rực sáng ngoài kia. Ánh đèn xua tan bóng tối đang trùm phủ dọc bờ cát và mặt biển đen.

Nhân vào quán đầu tiên cuối con lộ từ cổng khách sạn dẫn xuống bãi. Quán đông, hơi ồn. Muốn yên tĩnh, Nhân chọn một bàn khuất sau gốc dừa lớn, cách xa quầy xập xình tiếng nhạc và giọng gào thét của Đàm Vĩnh Hưng, ông hoàng nhạc Việt như báo chí đã tụng ca. Nhân gọi chai bia cùng món hải sản cá đuối nướng mỡ hành, món mà anh tài xế cho là nhậu "bắt mồi hết ý". Nhân phóng tầm mắt ra xa, biển gần như hòa lẫn với đường chân trời một màu mực xạ. Vài đốm sáng của ghe câu khuất chìm trong sương đêm. Nhân nâng ly bia uống một hơi dài gần nửa. Đặt ly xuống bàn, nhìn màu vàng phản chiếu ánh đèn lóng lánh trong vắt. Đẹp. Cái đẹp tinh khiết, Nhân lại nhớ thiếu nữ.Thiếu nữ, Nhân thầm hứa, sau một vòng ra Bắc trở về Nhân nhất định sẽ tìm cho được người con gái này, trước khi vĩnh viễn từ bỏ trần gian. Nhân thường tự vấn, mình còn sống được bao lâu, đa mang thêm một vướng mắc để làm gì? Đối với những người sắp lên đường, hành trang càng nhẹ càng tốt, chẳng những các vị chức sắc của mọi tôn giáo đều khuyên thế, mà ngay chính Nhân cũng hiểu thế. Vậy mà khao khát được gặp lại thiếu nữ vẫn canh cánh trong lòng. Nhân ngạc nhiên vì sức cuốn hút tuy nhẹ nhàng nhưng càng lúc càng gia tăng cường độ. Nhớ hai câu thơ của Phạm Hiền Mây,

biết ta rồi lá bay vèo
có không ngày nắng qua đèo vẫn mơ... .

Nắng rồi sẽ tắt, đêm rồi sẽ lên, bóng tối rồi sẽ phủ trùm, mọi cái rồi sẽ chìm trong bóng tối, định luật vô thường hiển lộng. Ngày rời bỏ cõi nhân gian này không còn xa, nhưng khao khát muốn gặp lại thiếu nữ vẫn mỗi ngày một lớn, *vẫn mơ...* . Nhà thơ nữ này thực sâu sắc khi nhìn sự vật, sự kiện.

Món cá đuối nướng mỡ hành quả đúng như lời anh tài xế, "bắt mồi hết ý", giòn, sừng sực, béo và cay cay vị tiêu xanh để nguyên hột. Uống một hơi bia, nhón miếng cá đuối nướng, ngon từ chân răng lên đến óc. Bắt mồi là phải.

Nhân lại nâng ly uống cạn. Trước khi rót ly mới Nhân gắp một lát cá, vô ý để rơi trên mặt bàn, Nhân dùng đũa lùa xuống cát. Lập tức một thằng nhỏ nhào ra từ sau gốc dừa, quỳ gối, nhặt lát cá, thổi thổi cho rơi bớt cát bám rồi đưa lên miệng. Nhân vội lên tiếng,

"Này, cậu bé."

Thằng nhỏ ngẩng lên nhìn, vẻ lấm lét. Nhân chỉ đĩa thức ăn,

"Bỏ đi, muốn ăn bao nhiêu cũng được."

Thằng nhỏ sáng mắt,

"Chú cho cháu?"

"Ừ, ăn đi."

Thằng nhỏ nhanh nhẹn sà ngay lại, mở sợi dây buộc cái gà-mên cáu bẩn ra khỏi thắt lưng. Đặt lên bàn, mở nắp, vói tay bê đĩa thức ăn, dùng muỗng lùa cẩn thận vào gà-mên. Đậy nắp xong nó buộc lại vào thắt lưng. Nhân hỏi,

"Sao không ăn ngay?'

"Cháu mang về cho bà nội."

"Cháu ở với nội? Còn ai nữa?'

"Dạ, chỉ mình cháu với nội."

"Nhà ở đâu?"

"Dạ, chỗ kia kìa"

Nhân nhìn theo tay của thằng nhỏ chỉ thấy rừng thông tối đen. Nhân hỏi,

"Thấy gì đâu?"

"Ở sau rừng thông."

Nhân bỗng nảy ý định theo thằng nhỏ đến nhà gặp bà nội nó. Tuy ngẫu hứng nhưng Nhân cảm thấy vui.

Cũng là một cách đốt thì giờ,

"Đi, chú cháu mình về."

Nhân dợm đứng dậy. Thằng nhỏ hỏi, vẻ ngạc nhiên,

"Về nhà cháu?"

"Ừ."

Thằng nhỏ ngập ngừng,

"Cháu còn xin cơm cho bà nội."

"Không cần."

Nhân gọi tiếp viên đặt thêm một cơm phần ba người ăn cộng thêm một con vịt quay.

"Chú đói, nhưng ăn một mình buồn, chúng ta sẽ cùng ăn."

"Chú mua nhiều dzậy làm sao ăn hết."

Nhân cười, xoa đầu thằng nhỏ,

"Yên trí, chú ăn nhiều lắm."

Nhân theo thằng nhỏ băng qua rừng thông đến một xóm lao động. Căn nhà nhỏ vá víu bằng đủ mọi vật liệu phế thải, ván thùng, bìa cứng, bạt nhựa..., nằm cuối xóm. Xóm khoảng mươi nóc gia, hầu hết có lẽ không khá hơn bà cháu thằng nhỏ bao nhiêu. Vừa bước vào cửa, thằng nhỏ lên tiếng

"Nội ơi!"

Tiếng trở mình, tiếng ho khục khặc,

"Thằng Đoàn về rồi hả"

"Dạ, có ông này đến chơi."

"Ông nào?"

"Ông mua thức ăn cho bà cháu mình đó nội."

Thằng nhỏ đến bức vách cạnh cửa bật khóa điện, bóng đèn tròn treo trên xà ngang bừng sáng. Nhân bước vào. Trong vũng sáng chập chờn, Nhân nhìn thấy một bà già nằm trên chiếc giường đóng bằng ván thùng, da bọc xương, tóc bạc trắng, da đen nhẻm, má hóp, miệng móm, hai hố mắt thâm quầng. Lúc nãy trên đường về, thằng nhỏ cho Nhân biết, hơn tháng nay bà nội bỗng bệnh, hai chân sưng vù, đi đứng khó khăn, không thể bươn chải tìm miếng ăn cho hai bà cháu. Thằng bé phải quẩn quanh các hàng quán nhặt nhạnh thức ăn thừa của thực khách đem về, duy trì sự sống của bà cháu. Nhân lên tiếng,

"Chào bác."

Rồi vội vàng giải thích lý do Nhân có mặt chỗ này cũng như mong muốn được dùng cơm với hai bà cháu. Bà già ngồi dậy một cách khó nhọc, đưa tay chỉ chiếc ghế đẩu góc lều,

"Mời ông ngồi."

Bà già tiếp,

"Cảm ơn ông. Hôm nay thằng Đoàn gặp quý nhân."

Nhân cười,

"Quý nhân gì bác, cháu đang không biết làm gì cho hết buổi tối, may mà gặp Đoàn."

Thằng nhỏ bê chiếc bàn thấp cũng đóng bằng ván thùng đến gần giường bà già, lôi cơm và thức ăn từ túi ni lông ra, sớt vào đĩa, bát. Bà già nhìn bữa cơm thịnh soạn, thở dài,

"Bao năm rồi..."

Đoàn kéo thêm chiếc ghế đẩu ngồi cạnh Nhân,

"Mình ăn, con đói lắm rồi."

Bà già nhỏ nhẹ mắng cháu,

"Từ tốn nào."

Qua cung cách và chuyện trò, Nhân nghĩ, hẳn trước kia bà già thuộc tầng lớp trung lưu.

Trong bữa ăn, xem chừng đã từ rất lâu không được tâm sự, nay gặp được người chịu nghe, bà già như quên mình đang bệnh, hào hứng kể lại cuộc đổi đời của bà từ sau ba mươi tháng tư bảy lăm. Nhân sinh ra mười bảy năm sau ngày kết thúc chiến tranh. Nhiều, rất nhiều chuyện kinh thiên động địa của đất nước nói chung, và mỗi phận người nói riêng, Nhân đã nghe không ít, và cố hình dung giai đoạn lịch sử đầy biến động đó. Nhưng mỗi người, tùy chỗ đứng của mình trong dĩ vãng, đã nhìn các vấn đề xảy ra rất khác nhau. Nhân có cảm tưởng như mình đang lạc vào rừng già âm u, thất lạc phương hướng. Chỉ một điều duy nhất Nhân thấy rõ, là sự đau thương, không phân biệt vị trí quá khứ, bà già là một điển hình.

*

Chỉ sau ngót hai mươi ngày, thành phố thay đổi hẳn sắc diện. Màu đỏ và vàng của cờ đảng và quốc kỳ, màu xám và đen của áo quần, màu xanh rêu của quân phục, những đường lộ không còn tấp nập người xe ầm ĩ, mặt phố cửa đóng, loa phóng thanh oang oang các khẩu hiệu, những chiếc Motova màu cứt ngựa chở đầy lính tráng thỉnh thoảng lướt qua. Tuy hòa bình đã về nhưng không khí vẫn như đang thời chiến, vẫn bên dưới bề mặt có vẻ êm ả kia là những con sóng ngầm, sẽ không còn cơ hội dâng cao, nhưng như cường toan, làm mục rã bao nhiêu kiếp đời.

Hoàng khoác chiếc túi xách lên vai, kéo sụp chiếc mũ lưỡi trai, rồi ôm vợ, hôn lên mái tóc,

"Anh đi, chỉ lưng bữa nửa tháng thôi."

Buông vợ ra, Hoàng đi nhanh về phía công an phường, chỗ này là điểm tập trung, sẽ có xe chở tất cả lên quận. Thủy nhìn theo, hy vọng học tập chỉ vài ngày.

Nhưng không như Hoàng và Thủy tưởng, thời gian xa nhau kéo dài đến khó tin, "lưng bữa nửa tháng" biến thành vài năm, nhiều năm. Từ trại cải tạo gần nhà ở miền Nam chuyển ra Bắc, lên tận Hoàng Liên Sơn khiến việc thăm nuôi trở nên khó khăn muôn bề. Rừng sâu, nước độc, bệnh tật, kham khổ đã dần mòn đốn ngã bao nhiêu sức trai vạm vỡ. Kẻ chết, người sống trở về như xác khô, tả tơi.

Hoàng đi sáu tháng thì Thủy sinh, con trai. Từ cô tiểu thư ngày nào, dần dà Thủy biến thành một con buôn chuyến nhanh lẹ, có khi điêu ngoa, cốt kiếm được tiền, nuôi thân và đứa con trai, giọt máu kết tinh từ tình chồng vợ, tuy chỉ mới hai năm song mặn nồng, hạnh phúc. Một ngày, Thủy ra thăm nuôi chồng, vượt qua bao nhiên gian nan, đến nơi thì được tin Hoàng đã bỏ mình sau trận sốt rét ác tính, Thủy tưởng đã gục ngã theo chồng. Nhưng rồi khát vọng sống và trách nhiệm với đứa con đã giúp Thủy trụ lại được để lay lất qua ngày. Đứa con khôn lớn, đó là niềm vui duy nhất Thủy xem như chiếc phao giúp mình tiếp tục tồn tại trên cõi nhân gian lắm khổ lụy này.

Thế mà định mệnh nghiệt ngã một lần nữa nhấn Thủy chìm sâu xuống đáy bất hạnh. Bố mẹ Thủy bán nhà, sắm thuyền, mướn tài công đưa cả gia đình vượt biên. Tất nhiên Thủy và đứa con trai lên sáu được tháp tùng.

Buổi chiều trước ngày đi, Thủy vào chùa thắp nén hương trước chân dung chồng khấn thầm, em ra đi với ước mong con sẽ có đủ điều kiện học hành nên người, đến nơi em sẽ rước anh sang với em. Thủy nhìn rất lâu tấm hình do chính tay Thủy chụp bằng chiếc máy ảnh do Hoàng mua tặng nhân sinh nhật. Bức chân dung Thủy rất yêu. Ánh mắt đăm đắm lãng mạn, nụ cười rộng, cằm vuông cương nghị. Thầy tướng số nói, tuổi này, khuôn mặt này, tướng tá này, tương lai sẽ lên tướng, vợ con tha hồ hưởng phú quý vinh hoa. Thủy bật cười, đúng là thầy bói nói láo ăn tiền!

Trên đường về, Thủy cố tình ngang qua căn nhà nhỏ, ngó lại nơi vợ chồng cô đã sống. Căn nhà mua chưa tròn hai năm, bằng tiền của cha mẹ đôi bên cho, xem như của hồi môn, đã được bán, đổi ra vàng mang theo phòng thân. Thủy cố nén nước mắt. Sẽ không bao giờ nữa chúng ta sẽ có một mái nhà. Sao định mệnh quá khắt khe với chúng ta thế anh?!

Cả đại gia đình, bố mẹ, hai đứa em trai và mẹ con Thủy cộng thêm mười tám người nữa, dồn trên một con thuyền vốn chỉ sử dụng ở sông rạch. Mười giờ đêm thuyền xuất phát. Theo dự tính, ra khỏi cửa sông, chạy khoảng một tiếng sẽ đến hải phận quốc tế, từ đó trực chỉ hướng Mã Lai. Tuy chỉ là giang thuyền, nhưng mùa này sóng êm bể lặng, nếu không trở ngại thì vài mươi tiếng là đến nơi. Theo bản đồ, vùng biển tự do đã trong tầm mắt, mọi người thở phào nhẹ nhõm. Nhưng bỗng từ xa một con tàu nhỏ phóng tới, đèn rực sáng, tiếng loa phóng thanh vang vang,

"Hãy dừng lại, các anh đã bị phát hiện."

Bố Thủy hốt hoảng,

"Chết rồi, làm sao bây giờ?"

Tài công nói như hét,

"Mọi người bình tĩnh, nằm sát xuống sàn."

Anh ta tăng tốc. Chiếc thuyền chồm lên, lướt nhanh. Phía sau tiếng loa phóng thanh vang dội,

"Dừng lại..., dừng lại..., chúng tôi sẽ bắn..."

Tài công lầu bầu chửi thề, tăng tốc hết cỡ. Anh ta lại la lớn,

"Bình tĩnh, sắp thoát rồi, chỉ vài trăm thước nữa thôi."

"Dừng lại…"

Tiếng loa phóng thanh thúc hối, giọng giận dữ. Chiếc thuyền vẫn ngoan cố vượt nhanh, nước hai bên lườn sủi bọt trắng xóa, lấp lánh sáng trong đêm đen. Chỉ vài giây sau, một tràng tiếng nổ vang động, những đường lửa từ chiếc tàu tuần duyên vãi sang. Tài công vừa điều khiển con thuyền chạy theo hình chữ chi vừa ra lệnh,

"Nằm sát xuống mạn…"

Hàng trăm tia lửa dày đặc tiếp tục hội tụ vào con thuyền mỏng manh. Mẹ Thủy khóc nấc,

"Bác tài ơi, đầu hàng đi kẻo chết hết."

Con thuyền vẫn băng băng lao về phía trước, những đường lửa vây kín. Mẹ Thủy lại gào to,

"Bác tài ơi…"

Bỗng ba Thủy la lên đau đớn,

"Ối…, ối…"

Ông giật nẩy lên thêm vài cái yếu ớt rồi rơi vào hôn mê. Mẹ Thủy hoảng hốt bò tới, máu phun có vòi từ ngực chồng, bà nức nở,

"Bác tài ơi, chồng tôi trúng đạn!"

Gã tài công quay lại thấy ba Thủy đang nằm bất động, máu từ ngực tiếp tục phun trào, anh ta lại lầu bầu chửi thề và giảm dần tốc độ rồi dừng hẳn.

Con tàu tuần duyên vượt lên phía trước cản đường, đồng thời tiếng trong loa phóng thanh gay gắt,

"Tất cả đưa tay lên."

Ba Thủy chết. Mọi người bị bắt, đi tù. Mẹ Thủy mất chồng, đau đớn cộng thêm kham khổ trong trại lao động, bà bệnh và không lâu sau cũng qua đời. Thủy được ra trại sớm vì có con nhỏ. Hai em trai vài tháng sau cũng được thả. Không còn nhà cửa, cả hai theo một đám người ra miền Trung lên rừng tìm trầm. Tìm trầm chỉ là một cách nói, thật ra đó là việc tìm đường vượt biên bằng đường bộ. Thực hư thế nào Thủy không rõ, chỉ biết kể từ ngày ấy, hai em biệt vô âm tín. Vượt biên trót lọt hay đã vùi thây ở một xó rừng nào đó trong bạt ngàn Trường Sơn?

Mẹ con Thủy nổi trôi vật vờ một thời gian dài, cuối cùng vì muốn con có cuộc sống no đủ và cắp sách đến trường, Thủy bằng lòng lấy một người đàn ông góa vợ, hơn Thủy một con giáp nhưng có công ăn việc làm tương đối ổn định. Những tưởng cuộc đời cứ thế bình lặng trôi qua cho đến ngày con trai có vợ, có con, Thủy lên chức bà, và sẽ về với đất. Nhưng lại một biến cố nữa, không ngờ nhất, đã phủ lên số phận, đẩy Thủy xuống tận đáy lầm than.

Một buổi sáng thức dậy không có chồng bên cạnh, Thủy ngạc nhiên tự hỏi, ông ấy đi đâu sớm thế, lại chẳng nói gì với mình? Ra phòng khách, Thủy nhìn thấy một lá thư trên mặt bàn kính và cọc tiền dày. Thủy vội cầm lá thư đọc, *"Anh phải đi ngay, sẽ nói lý do sau. Em hãy bảo trọng và lo cho con."* Thủy không hiểu gì cả. Tại sao phải đi ngay, lý do sẽ nói sau? Tại sao hãy bảo trọng và lo cho con? Thủy không ngừng tự vấn. Mãi đến mười giờ một tốp công an ập vào nhà khám xét, tịch thu máy laptop và một số giấy tờ trong ngăn tủ nhỏ có khóa tại phòng làm việc của chồng. Đồng thời cho biết chồng Thủy là một trong vài đầu não của một tổ chức phản động. Thủy bàng hoàng, bao lâu nay Thủy không biết gì. Thỉnh thoảng, chỉ thấy chồng vắng nhà vài ngày, hỏi thì được trả lời đi giao dịch làm ăn, Thủy tin thế và chẳng thắc mắc. Nào ngờ!

Hôm sau, công an lại đến tuyên đọc lệnh tòa, ngôi nhà thuộc tổ chức phản động, bị tịch thu. Mẹ con Thủy phải ra khỏi nhà trong vòng hai bốn giờ.

Với cọc tiền tuy không lớn nhưng cũng đủ để Thủy thuê một căn nhà nhỏ, và ra chợ trời mua đi bán lại mọi thứ, thượng vàng hạ cám, miễn có lời đủ nuôi hai mẹ con. Nhiều năm sau, ba lần nữa chuyển nhà, cũng như liên tục đổi nghề, kể cả ở đợ, cuối cùng, rơi vào xóm lao động sau rừng thông. Tại đây, nhờ chỉ dẫn của vài người tốt bụng trong xóm, Thủy xuống bãi lúc các ghe chài trở về từ khơi xa, mua hải sản bỏ mối cho các sạp bán lẻ ngoài chợ. Đức, đứa con trai với người chồng đầu, vẫn đi học từ lúc chồng thứ hai biền biệt. Nhưng đến năm lớp mười một, cũng là thời điểm mẹ con Thủy đến chỗ ở mới này, bỗng dở chứng nhất định không tiếp tục nữa, dù Thủy đã dùng mọi biện pháp, từ răn đe, đòn vọt đến khóc lóc, van lạy. Nhanh chóng, Thủy phát hiện ra nguyên nhân: từ giữa năm lớp mười, Đức gia nhập một nhóm bạn hư hỏng hút chích ma túy! Phát hiện này như một nhát búa bổ vào đầu, Thủy quỵ ngã. Đứa con, giọt máu kết tinh của tình yêu đầu đời. Đứa con, minh chứng cho hai năm tình chồng nghĩa vợ mặn nồng. Đứa con, những tưởng là sợi dây nối kết keo sơn mãi mãi cho đến ngày về với hư vô… bỗng mỗi ngày mỗi lún sâu vào vũng bùn đọa lạc. Ban đầu thiếu thuốc còn van lạy xin mẹ cung cấp tiền bạc. Đến lúc Thủy không thể đáp ứng đòi hỏi, Đức trở nên hung bạo, mất hết nhân tính, bạo hành, tra khảo mẹ đòi tiền. Cuối cùng biết mẹ thực sự không còn khả năng, Đức bỏ nhà lập băng nhóm trộm cắp, cướp giật, vào tù ra khám chán chê. Một ngày bỗng xiêu dạt chốn nào, biệt tích. Thủy cuống cuồng dò tìm vẫn bóng chim tăm cá.

Nhớ con, Thủy không còn thiết tha bất cứ chuyện gì. Như cành cây đã cạn kiệt nhựa sống, Thủy khô héo, suy sụp, già đi nhanh chóng. Thiếu phụ trẻ trung ngày nào nay đã thành một bà lão gầy guộc đen nhẻm. Căn nhà bao nhiêu năm không tu bổ xuống cấp trầm trọng, mái dột, phên vách vá víu nham nhở. Bà già sống qua ngày bằng những con cá rơi rớt và những đồng bạc bố thí ngoài bãi những khi ghe chài vào bến, người mua kẻ bán tấp nập.

Một ngày, Đức, nay đã ngoài bốn mươi, bỗng xuất hiện cùng với người đàn bà và bé trai còn nằm ngửa. Đứa con ngoan hiền ngày nào nay đã trở thành một trung niên mặt mày bặm trợn, ria mép lốm đốm bạc, áo hở ngực khoe hình xăm đầu sư tử nhe nanh hù dọa. Đức cho mẹ biết sẽ vượt biên với người đàn bà mà Đức giới thiệu là vợ. Cô này cũng anh chị không thua chồng, tóc ngắn, môi son đỏ đậm, hai trái vú thả rông rung rinh sau lớp áo phông rộng cổ, váy ngắn đến bẹn. Đức tiếp, vì con còn quá nhỏ không thể mang theo, nên gửi mẹ nuôi giùm, mai mốt ổn định ở xứ người, vợ chồng hắn sẽ bảo lãnh bà cháu qua sum họp.

Nói xong, không đợi phản ứng của mẹ, Đức và vợ đi ngay, cũng vội vã như khi đến. Sự việc diễn biến bất ngờ quá, như một giấc mơ, bà già chưa kịp hiểu chuyện gì đang xảy ra thì Đức và vợ nó đã đi. Bà ngồi chết lặng trên ghế và chỉ hoàn hồn khi đứa bé thức giấc khóc ré.

Môt đứa bé còn bú sữa và một bà già thường xuyên thiếu ăn. Họ sống cách nào? Thế nhưng qua bao nhiêu khốn khó, họ vẫn tồn tại. Đứa bé lớn lên, như mầm cây cố vươn ngọn trong bão giông cuộc đời. Có điều, như mọi đứa trẻ cùng cảnh ngộ, Đoàn, tên đứa bé do bà già đặt, không được đi học. Đoàn như cỏ dại, sống bằng bản năng nhiều hơn giáo dục.

Sau này, nhờ giúp đỡ của một khách du lịch, bà già có tí vốn nhỏ nhoi, ra bãi mua đi bán lại mớ cá tôm. Hai bà cháu bữa đói bữa no. Đức và vợ có vượt biên không? Họ đến được hay đã làm mồi cho cá ngoài trùng dương sóng dữ? Bà già hoàn toàn biệt tăm tin tức hắn.

*

Nhân trở về khách sạn sau khi đưa họ một ít tiền.

Nhân băng qua rừng thông. Đêm tối, con đường nhỏ không điện chỉ lờ mờ nhờ ánh sáng của các quán ăn soi đến, yếu, song dù sao vẫn phân biệt được đâu là bụi rậm, đâu là mặt đường. Tiếng sóng vỗ đều một nhịp nhẹ vào bờ cát ngoài bãi. Gió lướt thướt trên các ngọn thông. Ra khỏi rừng, Nhân lững thững bách bộ trên con lộ rộng đã vắng người, những trụ đèn cao in chiếc bóng hết ngắn lại dài trên mặt nhựa. Tiếng nhạc văng vẳng từ những quán ăn. Bầu trời không gợn mây dường như cao hơn. Lòng Nhân nặng trĩu, hình ảnh hai bà cháu trong căn nhà với chiếc giường, hai ghế đẩu, cái bàn thấp đóng bằng ván thùng ọp ẹp và một bóng đèn tròn vàng vọt lủng lẳng trên xà ngang không thôi quẩn động trong đầu. Chẳng biết những ngày tháng sắp tới, bà già liệu còn sống nổi với hai cái chân sưng vù giữ nước, biến chứng của bệnh thận đã đến thời kỳ trầm trọng, và thằng nhỏ sẽ thế nào? Hay rồi cũng như bố nó, sa dần xuống vũng lầy đọa lạc.

Về đến phòng, Nhân nằm dài xuống giường. Bữa ăn nhiều dầu mỡ làm bụng óc ách khó chịu, cộng thêm cơn đau từng chập bên sườn phải, khiến Nhân trăn trở mãi. Nửa tháng nay, những cơn đau như thế đến thường xuyên hơn, cũng có nghĩa, con đường sống ngắn dần. Nhân mong sẽ gặp lại thiếu nữ áo lam trước khi xuôi tay. Để làm gì? Không biết, nhưng khát vọng ấy cứ lớn dần. Nhân không còn muốn ra Bắc, sợ không kịp trở về gặp thiếu nữ.

Gặp thiếu nữ!

Làm sao gặp? Thành phố tuy nhỏ nhưng lại không có một manh mối nào giúp tìm ra người muốn tìm. Cơn đau và hình ảnh thiếu nữ lại một đêm nữa gây mất ngủ.

Đã sang ngày mới từ lâu, không gian im vắng, Nhân bật dậy đến bên cửa sổ nhìn xuống vuông sân tráng *ciment.* Ngoài hàng xe hai bánh sát dãy tường cao ngăn khuôn viên khách sạn và đại lộ, chỉ có bốn chiếc xe hơi. Một gần cổng, hai dưới tán cây rộng, ba và bốn kề nhau trước cửa dẫn vào tiền sảnh. Sau quầy tiếp tân, cô lễ tân đang chăm chú dán mắt vào màn hình điện thoại, mặt nghệt ra, Nhân đoán cô nàng đang xem phim *sex*. Điện thoại thông minh bây giờ làm đảo lộn mọi giá trị. Ngày xưa, phái nữ chỉ đọc Truyện Kiều đã là "*mất nết*", "*Đàn ông chớ kể Phan Trần / Đàn bà chớ kể Thúy Vân Thúy Kiều*". Đến thế hệ cha chú, tuy có thoáng hơn song vẫn còn… cổ hủ. Nhân nghe một ông chú kể, hồi học năm cuối trung học đệ nhất cấp (lớp mười ngày nay), nghĩa là đã mười sáu, ông bị mang tiếng là đứa hư hỏng, chỉ vì tội dám đọc và chép tay chuyền cho bạn bè dâm thư *Bảy Đêm Khoái Lạc!* Ngày nay, chỉ mới mười ba, có khi nhỏ hơn, đã rành chuyện *se*x. Có lần bà chị bận việc, nhờ Nhân đến trường đón hộ đứa cháu sau giờ tan học Ngồi đợi trên băng ghế đá dưới gốc cây lớn trong sân trường, Nhân tình cờ nghe hai chú nhóc, chắc chim cò chỉ bằng ngón tay trỏ, cũng ngồi trên một băng ghế khác cách không xa, "tám" với nhau rôm rả những pha *sex* cực kỳ cụp lạc mà hai nhóc vừa xem qua điện thoại. Và trên báo chí, nhiều phóng sự tường thuật cặn kẽ các nữ sinh trung học thường "giao lưu" với bạn bè, người tình các *selfie* cực kỳ nhạy cảm, bổ sung thêm lời bình mà các bậc cha chú nếu đọc được sẽ té ngửa chết giấc, cũng bằng điện thoại thông minh. Một tuần báo khác, có bài phỏng vấn của một chàng ký giả, chàng hỏi một nữ sinh lớp mười một, "Các em bây giờ hỏng quá, lười bài vở, chỉ thích xem phim *sex*, học hành như thế làm sao khá?" Em nữ sinh trả lời rất… vô tư, "Coi để rút kinh nghiệm, mai mốt lấy chồng khỏi bỡ ngỡ". Nếu ngày xưa học trò thường trao đổi, giới thiệu những bài thơ, những bản văn hay một cuốn phim tình cảm lãng mạn, cái lãng mạn đẫm ướt hương hoa của tuổi dậy thì, đẹp và thơ mộng, thì bây giờ, đề tài chính là những *video sex*! Giả sử các cụ những năm đầu thế kỷ XX đội mồ sống dậy, chắc chắn sẽ điên đầu loạn trí vì cái bọn hậu sinh bại hoại luân thường!

Một cặp trai gái đang bước lên những bậc cấp vào tiền sảnh. Cô lễ tân vội tắt điện thoại, sửa dáng ngồi ngay ngắn chuẩn bị đón khách. Nhân đoán cặp này vừa từ vũ trường ra. Những tụ điểm vui chơi luôn đóng cửa khi đêm sang ngày mới, sớm lắm cũng một hai giờ sáng. Chỉ mới năm trước, khi chưa biết mình bị bệnh nan y, Nhân cũng không khác cặp trai gái kia, gần như cuối tuần nào cũng cặp kè đào địch, nhảy nhót, rượu chè, khói thuốc. Tàn cuộc đưa nhau đi ăn khuya, nếu đối tượng bằng lòng, tìm đến khách sạn bày trò chăn gối. Thế mà giờ đây những cuộc vui trên không còn hấp lực nữa. Hiện tại, điều canh cánh trong lòng là làm sao khống chế được những cơn đau mỗi ngày thêm trầm trọng. Còn chuyện sống chết không khiến Nhân quay quắt như những ngày đầu. Phải chấp nhận thôi, dù không muốn vẫn chẳng thể cưỡng lại. Định mệnh đã an bài như thế, đành phải thế. Cuộc du ngoạn Nhân đang thực hiện không mang ý nghĩa đi để mở rộng tầm mắt, để bồi bổ hiểu biết, để tận hưởng mọi thú vui vật chất từ đàn bà, ẩm thực... , chỉ giản dị, đi để xóa bớt những đớn đau thể xác phát sinh bởi bệnh tật.

Đến khi gặp và nghe chuyện của bà già, Nhân cảm thấy nhẹ lòng đôi phần. Khổ đau của Nhân so với bà già chẳng khác gì vết đứt tay với nhát dao đổ ruột. Bà già đã phải chịu đựng triền miên, từ thanh xuân đến hôm nay, trọn một kiếp người, sống khổ hơn chết. Theo Phật giáo, khổ ách là cái tất yếu mà chúng sinh khi ra đời đều phải mang theo, không loại trừ ai, từ vua chúa quyền uy đến tiện dân bần cùng. Để thoát khỏi khổ nạn này, cũng theo Phật giáo, con người phải tu dưỡng để vượt thoát vòng luân hồi. Nhân có đọc và nghe khá nhiều triết luận này. Đọc, nghe, cốt làm đầy kiến thức, vậy thôi, không thực hành được, cũng không có ý định thực hành. Cuộc sống hiện tiền có hàng nghìn chuyện đáng quan tâm hơn, đắm mình làm gì vào cảnh giới cao vời xa lìa thực tế!

Cặp trai gái nhận chìa khóa, khoác vai nhau lên lầu. Cô lễ tân nhìn theo, đợi họ khuất bóng, cô mở điện thoại xem tiếp những gì đang xem lúc nãy, mặt lại dần nghệt ra. Nhân trở lại giường, cơn đau vẫn quặn thắt. Theo kinh nghiệm, nếu lái được suy nghĩ qua hướng khác, cơn đau sẽ phần nào giảm nhẹ. Hướng nào? Bà già và đứa cháu trai? Họ đã như thế, sẽ phải tiếp tục như thế đến cuối đời, rất ít cơ hội đổi thay. Thành phố Nhân sắp đến? Sẽ có gì khác lạ hơn những địa danh Nhân đã đi qua? Cũng những con đường, cửa hiệu, khách sạn, nhà hàng với các đặc sản mang đậm bản sắc vùng miền, cũng một vài danh lam thắng tích. Và như mọi nơi khác, không thể thiếu món "tươi mát" sẵn sàng làm vừa lòng du khách bằng những ngón nghề chuyên nghiệp. Thiếu nữ? Lại thiếu nữ! Nhân ngạc nhiên không hiểu hấp lực nào khiến Nhân không thể không hướng đến người con gái ấy mỗi lần muốn lái suy nghĩ ra khỏi cơn đau. Khuôn mặt, dáng người, ánh mắt, vành môi, bước đi khoan thai khuất sau bờ cây dẫn về cổ tự..., in trong tâm, trong đầu Nhân đậm sâu đến mức, chúng có lẽ sẽ theo Nhân đến cuối cuộc đời. Kỳ lạ và dường như không bình thường. Nào phải lần đầu Nhân tiếp cận với phái yếu. Nào phải trong lĩnh vực quan hệ gái trai Nhân là con nai vàng ngơ ngác. Vậy nguyên nhân nào? Nhân lại tự hỏi, để rồi không lý giải được.

Nhân chả biết bao lâu nữa sẽ trở lại thị trấn có ngôi cổ tự, với vườn mộ có năm cổ tháp rêu phong, vùng núi linh thiêng đối với các tín đồ. Riêng Nhân, khách du lịch, cổ tự chỉ thuần túy là một thắng tích, những chuyện huyền hoặc liên quan, Nhân xem như hành tiêu muối ớt nhằm tăng hương vị cho một món ngon, thế thôi. Song Nhân tự nhủ sẽ ghé lại trên đường về, bởi địa danh ấy là nơi ghi dấu lần đầu Nhân hạnh ngộ thiếu nữ. Cũng là nơi duy nhất giúp Nhân lần tìm tung tích người con gái đã để lại trong tâm hồn Nhân ấn tượng khó quên. Nhân nhớ nắng chiều xuyên qua tàng lá cây cổ thụ sát cổng vào vườn mộ, rơi lốm đốm trên đất trước ngọn tháp của sư bà khai sáng, và lư hương lớn đầy chân nhang, ba cây hương vươn cao ba sợi khói ẻo lả, cái túi vải màu lam thêu đóa sen trắng mãn khai, và thiếu nữ... Hình ảnh hư hư thực thực, biến hóa khôn lường, xuất hiện gần như hàng đêm kể từ buổi tao ngộ đầu tiên.

Thiếu nữ nhẹ nhàng đáp xuống, mùi nhang trầm từ cô tỏa kín căn phòng nhỏ. Tà áo bà ba màu khói hương hai vạt bỗng dài ra nhẹ bay tựa dải mây, chập chờn. Nụ cười làm bừng thêm khuôn mặt vốn đã sáng tựa trăng rằm. Nhân reo lên,

"Em đến."

Thiếu nữ không nói, tiếp tục duy trì nụ cười trên môi, nhìn Nhân. Mùi nhang trầm đậm hơn, Nhân hít thật sâu, ngồi dậy, có cảm tưởng thiếu nữ như khói, tụ tan bềnh bồng, phiếu diễu. Nhân hỏi với nhiều hoang mang,

"Em từ đâu đến?"

Thiếu nữ hỏi lại, âm thanh nhẹ, thoảng, như vọng về từ một cõi nào,

"Anh không biết thực ư?"

"Không, tôi thực lòng muốn biết."

Mái tóc dài không còn vén cao như lần đầu Nhân nhìn thấy mà xõa tung dài, dài lắm, dài đến nỗi Nhân có cảm tưởng tựa dải lụa huyền phất phới bềnh bồng, chúng hòa lẫn với màu xám của không gian sương khói vây quanh. Mùi nhang trầm càng lúc càng đậm hơn làm Nhân muốn ngộp thở, đồng thời một mong muốn lạ lùng bỗng dấy lên, Nhân muốn được chết đắm trong không gian ấy. Một cái chết nhẹ nhàng, như căn phòng chất đầy hoa kín, ngào ngạt, đưa ta lìa bỏ trần gian đầy khổ lụy.

Tia mắt đăm đắm của thiếu nữ vẫn bao phủ Nhân,

"Em đến từ nơi rất xa mà cũng rất gần."

"Nơi nào?" - Nhân nôn nóng.

"Từ anh."

"Tôi không hiểu."

"Có vô số điều khởi từ ta, những nhân tố này là tiền đề cho mọi rối rắm trong suốt cuộc đời, mỗi phận số. Anh có nghe câu chuyện gió động, phướn động hay tâm động chưa nhỉ?"

"Tôi từng đọc."

Nhân hồi tưởng những ngày đầu khi biết mình mang trọng bệnh, với tâm trạng hốt hoảng, tuyệt vọng, Nhân tìm kiếm chỗ dựa cho sự chao đảo của tâm hồn bằng cách vào mạng đọc không ít kinh sách của mọi tôn giáo, nhất là Phật giáo. Câu chuyện gió động, phướn động hay tâm động... Nhân có đọc đã lâu nhưng không để lại dấu ấn nào sâu đậm. Giờ, qua câu hỏi của thiếu nữ, Nhân nhớ lại. Chuyện kể Huệ Năng sau một thời gian ở ẩn, sống cùng đám thợ săn, một hôm thấy thời cơ đã đến, Ngài bèn tìm đến chùa Pháp Tánh ở Quảng Châu, gặp lúc Pháp sư Ấn Tông đang giảng kinh Niết bàn. Khi ấy gió thổi, lá phướn lay động. Một vị tăng nói gió động, vị kia nói phướn động, cãi nhau mãi không thôi. Ngài liền bảo "Không phải gió động, không phải phướn động, tâm các ông động". Đại chúng nghe vậy đều vô cùng ngạc nhiên, đến nỗi Pháp sư phải ngừng giảng, mời Ngài lên chiếu gạn hỏi áo nghĩa Phật pháp. Ấn Tông nghe xong hoan hỷ chắp tay thưa: "Tôi giảng kinh ví như ngói gạch, nhân giả luận nghĩa ví như vàng ròng". Sau đó Pháp sư cạo tóc cho Tổ Huệ Năng và thờ ngài làm Thầy.

Nhân hỏi thiếu nữ,

"Nhưng chuyện ấy liên quan gì đến chúng ta?"

"Em là ảo ảnh, mong muốn gặp em của anh là vọng tưởng. Anh, em cùng bốn tỷ rưỡi sinh linh trong cõi ta bà này là những chủng tử bé nhỏ như những vi sinh trong cơ thể con người, không là gì cả song cũng sẽ trở thành hiểm họa hủy diệt mầm sống. Nếu tâm anh bình lặng không vọng tưởng thì em đã không đến. Gió là kết quả tất yếu của nhiều yếu tố phát khởi từ vũ trụ, anh và em có thể ví như phướn, nghiêng ngã hay bình lặng đều tùy thuộc vào sự vận hành của thiên nhiên. Đã như thế, sẽ như thế, từ vô thủy đến vô chung, như nhiên. Tâm anh động nên phát sinh duyên khởi. Hãy bình lặng như mặt hồ im sóng buổi rạng đông một ngày nắng tốt. Nhìn xem, cảnh sắc phản chiếu, trời xanh, mây trắng, cây lá ngọn lặng tờ, bờ cỏ ướt sương, những cánh chim nhẹ nhàng vỗ cánh. Đất trời giao thoa, hòa quyện. Huyền nhiệm biết bao."

Tiếng huyên náo ngoài hành lang lôi Nhân ra khỏi giấc ngủ, cùng lúc với hình ảnh thiếu nữ như khói, vụt nhòa tan vào màu xám bềnh bồng. Hai tốp thanh niên nam nữ đang cãi nhau to tiếng, không chừng sắp xảy ra ẩu đả. Có lẽ họ từ một điểm vui chơi hay một quán nhậu nào đó về đây. Đám này nhiều phần dùng chất gây nghiện, cộng với rượu, họ dễ trở nên hung dữ, bạo động. Nhân không lạ gì cách hành sử của họ, bởi đã có thời kỳ Nhân cũng thế. Đó là những năm vừa chớm bước vào tuổi trưởng thành, còn mịt mù hướng đến tương lai, rất dễ bị quyến rũ, sa ngã vào những thú vui vật chất độc hại song lại đáp ứng được nhu cầu thân xác tràn ắp sinh lực tuổi trẻ.

Nhân dậy, trở lại bàn rót và uống cạn ly nước lọc. Đám thanh niên to tiếng một hồi thì im, có lẽ họ đã lên lầu trên, trả lại sự tĩnh lặng cho đêm khuya. Nhân biết sẽ không ngủ lại được nữa. Cơn đau lại nhói lên cạnh sườn. Nhân tự hỏi còn tiếp tục được không lộ trình đã vạch? Nhân hiểu đây là lần cuối cùng, Mục đích cuộc hành trình để một phần xóa bớt âu lo và những cơn đau, một phần như lời từ giã mảnh đất này, mảnh đất đã bảo bọc, nuôi lớn Nhân, mảnh đất mang tên quê hương vĩnh viễn không bao giờ nữa Nhân tái ngộ.

Giấc mơ, suối tóc, đôi mắt đăm đắm và giọng nói khuất chìm như gần như xa của thiếu nữ vẫn mồn một. Nhân biết đó là suy nghĩ của chính mình trồi lên từ tiềm thức, phản kháng lại khát vọng muốn gặp lại thiếu nữ.

Nhưng tại sao phản kháng?

Hình ảnh thiếu nữ tác động mạnh đến tâm hồn Nhân buổi đầu diện kiến. Chuyện bình thường! Có những biểu hiện không giải thích được bằng luận lý dung tục. Điều này hiểu theo Phật giáo là đối đãi nhân quả, kiếp trước họ có duyên nợ thề nguyền, kiếp này trả cho nhau. Nhân từng nhìn thấy lắm cặp vợ chồng không tương hợp tí nào về mặt ngoại hình, chồng mù, cụt chân lại có vợ không khuyết tật, nhan sắc mặn mòi, hoặc ngược lại. Trong xóm Nhân có một gia đình chị vợ liệt hai chân bẩm sinh, anh chồng cao ráo, trí thức, rất mực thương yêu vợ. Họ có ba con, hai trai một gái ngoan ngoãn, học hành đàng hoàng. Tổ ấm này rất hạnh phúc, chiều chiều, chồng, các con đẩy vợ, mẹ dạo mát. Hiểu cách dân gian là "duyên nợ". Hiểu cách tự nhiên thì con ong đặc biệt ưu ái mùi mật của một loài hoa nào đó hơn các loài hoa khác. Giản dị thế thôi.

Đêm dần tan, bên ngoài vòng tường cao tiếng động cơ và những vệt sáng đèn xe xé rách màu đêm đã nhạt. Người ta đến sở, hãng xưởng, nhịp sống bắt đầu khởi động. Nhân trở lại giường nằm chờ sáng hẳn, xuống phòng ăn gọi điểm tâm, cà phê lót dạ rồi thu vén hành trang chuẩn bị lên đường.

*

Xe vào bãi đậu, thành phố tuy nhỏ nhưng sạch sẽ, khang trang. Lịch sử đô thị này có lẽ được tính từ thời kỳ chúa Nguyễn Hoàng vượt dãy Hoành Sơn để tránh bị Chúa Trịnh tiêu diệt. Các đời Chúa Nguyễn sau này đã cho xây dựng thành lũy để làm trấn biên phía bắc Đàng Trong chống lại các cuộc tấn công của Chúa Trịnh. Đào Duy Từ, một nhà chính trị, quân sự, quê ở Thanh Hóa, đã theo Chúa Nguyễn vào Nam lập nghiệp và đã chỉ đạo xây dựng thành. Cùng lúc là việc phát triển thị (chợ búa, dân cư) sinh sống trong và xung quanh khu vực. Ngày nay, dấu vết còn lại của thành vẫn còn. Vào thời Pháp thuộc "nhà nước bảo hộ" đã thiết lập thiếc lộ từ thị trấn đến Hạ Lào để vận chuyển than đá, hàng hóa. Sau năm 1954 thị trấn này gần như căn cứ địa của miền Nam, lính nhiều hơn dân, xe nhà binh chạy ngang dọc, đơn vị đóng quân, phi trường quân sự, những con lộ nhiều nơi chưa tráng nhựa, bụi mù mỗi khi quân xa lăn bánh qua… . Hòa bình, một thời gian sau, dân từ các nơi đến lập nghiệp, dân bản địa sinh sôi, đường sá, nhà cửa trở nên tiện nghi, khang trang, dân số nhanh chóng tăng vọt. Do nhu cầu, thị trấn trở thành thành phố. So với dĩ vãng, địa danh này hoàn toàn đổi thịt thay da.

Buổi tối, Nhân lang thang trên phố, nhìn ngắm sinh hoạt về đêm. Theo lời ông bạn vong niên của ba Nhân thì thuở còn can qua, thị trấn luôn trong tình trạng ngột ngạt, không khí thời chiến. Ngày nay, nhìn cảnh, Nhân không thể hình dung được sinh hoạt thời đó. Đường phố sáng ánh đèn, hàng quán đông vui, sinh động, trai gái sánh vai nhau cười nói vui vẻ, Nhân nghe, không hiểu họ nói gì, vì thổ ngữ và chất giọng véo von rất lạ. Nhân thấy vui. Qua một ngã tư, Nhân phân vân không biết nên rẽ hướng nào, hình như rẽ trái sẽ đến bến sông, con sông nổi tiếng bởi nhiều trận đánh với Chiêm Thành vào đời vua Lý Thánh Tông (1054) và các vì vua kế vị. Địa danh này thường xuyên hứng chịu những trận gió khô nóng, rát da nám mặt từ Hạ Lào thổi sang. Ông bạn vong niên của ba Nhân thỉnh thoảng vẫn nhắc đến những ngày hành quân ở đây, nơi vẫn được gọi là địa đầu giới tuyến, những cồn cát mênh mông chói chang dưới cái nắng gió Hạ Lào. Mọi người, từ lính đến quan, đều bèo nhèo, tơi tả, tất cả bị nhận chìm trong chảo lửa. Nhiều đồng đội không chịu nổi khí hậu khắc nghiệt cùng sức nặng của quân trang, quân dụng và vũ khí đè trên vai, đã ngất xỉu.

Thế nhưng tối nay, không khí tương đối dễ chịu, những cơn gió từ biển thổi vào tuy không mát lắm nhưng vẫn thông thoáng. Nhân đói. Thấy một quán ăn cũng là quán nhậu bình dân, cách bờ sông không xa, Nhân ghé vào. Quán nhỏ, chỉ sáu bàn đã kín chỗ, chủ yếu nhậu nhẹt. Nhân quay gót trở ra. Đến gần cửa, Nhân thấy một bàn chỉ một thực khách. Người đàn ông đã già, quần áo nhàu nhĩ, khuôn mặt đen sạm, lưỡng quyền cao, hai mắt một mí đỏ ngầu như mắt cá ươn. Trên bàn, một dĩa mực rang muối, một xị đế và trong cùng là chiếc nón cối bạc màu. Người đàn ông ngước nhìn Nhân,

"Không có chỗ ngồi à? Ngồi đây."

Nhân phân vân, định tìm quán khác. Người đàn ông lại lên tiếng,

"Nếu nhậu được, làm lai rai vài sợi, tớ uống một mình, buồn quá."

Người đàn ông chỉ chiếc ghế trống,

"Ngồi đi."

"Thưa bác, cháu đói, muốn tìm quán ăn."

"Ừ thì ăn, đây cũng là quán ăn mà."

"Nhưng..."

Người đàn ông cười, nụ cười để lộ hàm trên mất một chiếc răng cửa,

"Cậu không biết nhậu hả? Thì cứ ăn thoải mái."

Nhân thấy người đàn ông khá cởi mở. Thôi thì cũng được, khỏi mất công tìm quán khác. Nhân kéo ghế ngồi đối diện người đàn ông. Một cậu nhỏ đến cạnh, hỏi,

"Anh dùng gì?"

"Cho anh đĩa cơm sườn."

Cậu nhỏ quay lui. Người đàn ông,

"Nghe giọng nói, biết cậu không phải dân địa phương."

"Dạ, cháu sống trong Nam, nghỉ phép thường niên, định làm một chuyến Bắc du."

"Ra Bắc, quê tớ."

"Dạ, nghe giọng nói cháu biết."

Người đàn ông với xị rượu còn lưng phân nửa, rót vào chiếc ly nhỏ, ngửa cổ uống cạn, khè một tiếng, gắp lát mực đưa cay,

"Cậu không biết nhậu thực à?"

"Dạ, chút chút thì được."

"Vậy làm với tớ một ly cho vui."

Người đàn ông quay đầu vào trong nói lớn,

"Cho thêm cái ly và xị nữa."

Dùng hết đĩa cơm, Nhân no, khỏe hẳn, và nổi hứng nâng ly chén thù chén tạc với người đàn ông một cách khá nhiệt tình. Ông ta có vẻ vui,

"Cậu uống đâu có tệ."

Nhân bốc đồng rót đầy hai chiếc ly,

"Dô bác."

Nhân gọi thêm rượu và đồ mồi,

"Từ bây giờ cháu mời bác."

Quán bắt đầu thưa, chỉ còn hai bàn có thực khách, cũng là tửu đồ. Những tiếng "dô", những tràng cười sảng khoái, những tiếng chửi thề… ồn ào, rượu vào lời ra không sai. Con đường đã vãng người, tượng đài "bác Hồ" đưa cao tay vẫy chào chỗ ngã tư sáng rỡ ánh đèn, màu trắng quần thể tượng in rõ vào nền trời đêm thăm thẳm phía xa. Trên bệ tượng cao ngang thắt lưng, một cặp trai gái đang chụm đầu trò chuyện, vẻ âu yếm. Gần đó, một xe hủ tiếu với hai thực khách cúi đầu xì xụp. Dưới tán cây dọc vỉa hè, một tài xế xe ôm ngồi chờ khách, vừa nhả khói vừa ngửa mặt nhìn trăng non như lưỡi liềm trên bầu trời không gợn mây. Chiếc dream lướt êm ngang cửa quán, cô gái trẻ váy ngắn ngồi bắt chéo, ôm eo ếch, tựa đầu vào vai gã trung niên tài xế. Gió nóng thổi từng cơn, những chiếc lá khô đuổi nhau trên mặt lộ. Nhân nhìn đồng hồ treo tường, gần mười hai giờ khuya, thành phố bắt đầu đi vào ngơi nghỉ, khác với nơi Nhân đã sinh ra và lớn khôn, những sinh hoạt này không ngưng bất kể ngày đêm.

Người đàn ông có vẻ hưng phấn, Nhân quên mình đang bệnh cần kiêng cữ, vẫn nâng ly và không ngớt tiếp rượu cho người đàn ông. Đặt ly vừa cạn xuống bàn, sau khi làm một miếng mồi đưa cay, người đàn ông vươn tay vuốt mái tóc còi cọc gần bạc trắng rồi quệt ngang trán lau mồ hôi rịn lấm tấm,

"Hôm nay có cậu, uống đã quá."

"Hẳn bác chưa say, mình làm tiếp nhé?"

Người đàn ông cười sảng khoái,

"Ừ thì làm tiếp. Vậy mà cậu nói chỉ uống được chút

chút…"

"Tự nhiên cháu nổi hứng."

Nhân nhìn vào trong nói lớn,

"Cho thêm xị nữa và đĩa thịt bò xào chua ngọt.

Bà chủ quán ngồi sau quầy cũng lớn tiếng,

"Mười hai giờ đóng cửa, xin lỗi"

Nhân quay nhìn người đàn ông,

"Mình mua rượu, đồ mồi rồi mang ra bờ sông tiếp tục, vừa mát mẻ, nhỡ có cho chó ăn chè cũng tiện."

"Ý kiến hay."

Nhân nói lớn,

"Cho nửa lít, đĩa mực rang muối mang đi và hai ly nhỏ, tính tiền luôn."

Hai người ra khỏi quán, bóng họ đổ dài trên vỉa hè. Gió khuya từ sông đã dịu hơi nóng. Cây cầu bắt qua dòng chảy êm, rộng. Những trụ đèn hai bên vại cầu nhả ánh sáng xuống mặt nước lăn tăn sóng nhỏ, con đường chạy dọc ven bờ đã vắng xe như rộng hơn. Nhân và người đàn ông đến một chỗ tương đối bằng phẳng dưới gốc dừa, trải tờ báo xin của chủ quán, đặt chai rượu, hai chiếc ly và mở rộng miệng bọc ni lông đựng mực rang muối. Những tàu dừa nhẹ đong đưa, ánh sáng đèn đường tuy xa, vẫn còn khả năng xô ngã bóng dừa xuống mặt cát.

"Gió mát, cảnh nên thơ, uống rượu thế này thú vị còn gì bằng." Nhân nói.

Người đàn ông đặt cái nón cối cạnh chỗ ngồi, cầm chai rượu rót đầy hai ly,

"Nào, mình tiếp tục."

Nhân cụng thêm với người đàn ông thêm vài ly rồi mở cúc áo trên, gió mơn man đẩy lùi phần nào men rượu nên dù uống không ít vẫn chỉ thấy ngà ngà, và lạ nhất, cơn đau âm ỉ cũng không trỗi dậy như thường ngày. Người đàn ông nhìn ra xa, trăng non quá mỏng không đủ soi cảnh quang bên dưới, dòng sông rộng, không thấy bờ bên kia, giọng ông ta đượm hoài niệm

"Quê tớ ven sông Hồng, mùa lũ, nước chảy siết, không êm ả thế này đâu."

"Cháu đọc truyện Vũ Trọng Phụng, ông ta tả cảnh vỡ đê thật khủng khiếp."

"Chuyện cũ, bây giờ họ gia công kiên cố lắm, không dễ vỡ như xưa. Vả lại, tiểu thuyết mà, ông Vũ Trọng Phụng chắc cường điệu hơi nhiều, cậu đọc, khiếp là phải"

Người đàn ông nâng ly làm một hơi cạn rồi rót đầy ly khác. Ông ta bắt đầu tâm sự, giọng đều, thỉnh thoảng dừng nói, nhấp ngụm rượu, bốc miếng mồi đưa cay, đưa mắt nhìn mông lung, im lặng từng chặp khá lâu mới tiếp tục, Nhân nghe, không ngắt lời.

"Đã hơn bốn mươi năm. Ngày ấy tớ chỉ trên hai mươi, thời gian trôi nhanh thật, bao nhiêu biến cố của quê hương, của phận người. Như đa phần các chàng trai ở vào tuổi tớ, ai cũng có một người tình, tớ không ngoại lệ. Người yêu của tớ vừa qua năm thứ nhất đại học, tớ hơn cô ấy hai lớp. Chúng tớ yêu nhau thắm thiết, hẹn khi ra trường sẽ cưới. Nhưng chiến tranh vào những năm cuối rất quyết liệt. Tuổi trẻ hăng máu, lại bị bộ máy tuyên truyền nuôi lớn lòng yêu nước, tớ căm thù bọn thực dân mới cày nát thủ đô bằng những pháo đài bay hung hãn đêm ngày gầm rú, thả hàng nghìn trái bom có sức công phá khủng khiếp xuống mảnh đất nghìn năm văn vật, gây bao cảnh tan nát, chết chóc suốt mười ngày liền. Những con phố đổ nát, bệnh viện Bạch Mai tan tành, người chết ngổn ngang, tớ xót xa chứng kiến bao thảm cảnh, lòng quặn đau. Nên bỏ học, chia tay người yêu, tình nguyện vào bộ đội, vượt Trường Sơn xuôi Nam chiến đấu. Gian khổ, hung hiểm, đói khát, tật bệnh, nhiệt huyết cạn dần, tớ mong chiến tranh sớm chấm dứt để trở về, tớ nhớ người yêu, những lá thư gửi đi đa phần không tới tay cô ấy. Sự cách ngăn mỗi ngày thêm lớn. Chẳng biết cô ấy ra sao? Đã chồng con hay vẫn ở vậy chờ tớ? Tớ ước nếu gặp sẽ nối lại duyên xưa, và rồi đám cưới, những đứa con... . Nhưng cuộc đời luôn trôi theo hướng mình không ngờ. Trận cuối cùng ở vùng này, tớ lãnh một viên đạn xuyên bắp đùi. Vết thương tuy không trúng chỗ nhược, nhưng mất nhiều máu và nhất là không đi được. Tớ bò vào một bờ cây trên cồn cát mênh mông cháy nắng. Đơn vị đã rút đi, tớ nằm đó cho đến khi chiều xuống, đêm lên. Khát, đau, mất máu, tớ kiệt sức rồi rơi vào hôn mê. Khi tỉnh dậy, tớ thấy mình đang nằm trên chiếc chõng tre. Một ngừi đàn bàhụ xuất hiện, loay hoay với chiếc khăn lạnh định đắp lên trán tớ. Thiếu phụ, có lẽ hơn tớ chục tuổi, không đẹp, trán vồ, mũi thấp, miệng nhỏ, một nhan sắc quá khiêm nhường, được cái cao to, ngực nở, mông tròn, bắp đùi căng no sau lớn vải láng, trông ngon mắt, không đến nỗi nào. Thiếu phụ cười nhẹ,

"Cậu tỉnh rồi, tôi có nấu nồi cháo cá, cậu ăn một tí, khỏe ngay thôi."

Tớ thều thào,

"Chị cho xin miếng nước."

Thiếu phụ đứng dậy đi lấy nước. Tớ nhìn xuống bắp chân, vết thương đã được băng bó sạch sẽ.

Sau này, tớ mới biết, thiếu phụ hành nghề y tá, chồng là trung sĩ nhất bộ binh chết trận hơn ba năm trước, thiếu phụ sống một mình trong căn nhà nhỏ cạnh cồn cát, căn nhà hai vợ chồng cất từ lúc lấy nhau. Buổi sáng ra cồn đi ngoài (thuở đó nhà chưa có phòng vệ sinh như bây giờ), thiếu phụ thấy tớ, cõng vào nhà, rửa sạch máu, bôi thuốc, băng bó và chích một liều hồi sức.

Tớ dần tỉnh. Ngót nửa tháng, vết thương kéo da non, định khỏe hẳn sẽ lên đường tìm về đơn vị. Không biết bây giờ đơn vị ở đâu? Thấy tớ băn khoăn, thiếu phụ bảo,

"Cậu cứ ở đây, tôi sống một mình, buồn, có cậu, nhà đỡ lạnh lẽo."

"Nhưng..."

"Cậu sợ mang tội đào ngũ phải không? Phe cậu đã tiến đến Nha Trang, nay mai miền Nam sẽ thua thôi. Hết chiến tranh, cậu về quê không muộn đâu."

Như thế đó, tớ sống dưới mái nhà và trong sự đùm bọc của thiếu phụ. Một đêm đang ngon giấc, tớ giật mình choàng thức, thiếu phụ nằm bên cạnh quàng tay ôm, vùi mặt vào ngực tớ, thì thào,

"Lạnh, cậu cho tôi ngủ chung."

Đã hết mùa mùa hè, khí hậu mát hơn nhưng chưa lạnh như thiếu phụ nói. Tớ biết ở vào lứa tuổi ấy, từng có chồng, quen mùi chăn gối, nay một mình cô quạnh, đòi hỏi xác thịt là chuyện tất nhiên. Khổ nỗi, điều tiếng cũng tất nhiên nếu thiếu phụ không giữ mình. Thành ra, dù muốn, thiếu phụ cũng chẳng dám buông thả, vô hình chung tuân thủ phong tục, tập quán tại vùng đất này nói riêng, lãnh thổ Việt Nam nói chung. Nay, mèo đói gặp mỡ, sức trẻ, lại nhiều tháng chay tịnh, tớ sung sướng được thiếu phụ dâng hiến. Từ đêm đó, tớ thành chồng thiếu phụ. Tuy chênh lệch tuổi tác nhưng chúng tớ khá hòa hợp. Một người đàn bà ngoài ba mươi, khỏe mạnh, một trai trẻ sung sức, chúng tớ đêm ngày quấn vào nhau, thụ hưởng thỏa thuê lạc thú ái ân. Hòa hợp thân xác chưa đủ, may thay chúng tớ đều hợp cả tính tình, sở thích. Tớ dần quên người tình cũ, quên cả nơi chôn nhau cắt rốn, mặc nhiên chọn vùng đất này làm quê hương thứ hai. Miền Nam thua miền Bắc. Hòa bình. Ngày tháng trôi qua. Tớ đã học được nghề xây cất nhà cửa qua một thầu khoán. Rồi từ thợ bò dần lên, cũng trở thành thầu khoán. Thị trấn phát triển nhanh, dân cư tăng vùn vụt, biến nơi này thành thành phố, nhu cầu xây cất cao, tớ làm ăn khấm khá. Vợ chồng tớ có hai con, một trai, một gái, đã trưởng thành. Đứa trai đầu chạc tuổi cậu vào Nam do công ty của nó phân bổ, đứa con gái kế có chồng hai năm trước, gia đình ở Huế. Những tưởng cuộc sống cứ thế trôi êm, nào ngờ vợ tớ bỗng mắc bệnh nan y, ung thư gan, và chết năm rồi. Tớ buồn quá, chán hết, bỏ hết, giờ chẳng thiết làm gì. Đứa con gái bảo vào sống với nó, tớ không chịu. Làm sao bỏ nơi này mà đi, bao nhiêu kỷ niệm buồn vui. Tớ không đành lòng để bà ấy nằm đây một mình, tình nghĩa phu thê. Nhớ những ngày đầu mặn nồng chăn chiếu, nhớ vòng tay ôm, nhớ mùi thịt da, nhớ tiếng cười, giọng nói, nhớ cả những lần canh không lành canh không ngọt, bà ấy phạt tớ chay tịnh có khi suốt hai tuần. Năm tháng trôi qua, tuy cả hai đã già, nhu cầu sinh lý không còn, nhưng tình yêu cho nhau vẫn như hồi mới gặp. Bà ấy ra đi, tớ có cảm tưởng mất nửa phần thân thể, đau lắm và khổ lắm cậu hiểu không?"

Đêm ngả sang ngày mới, chai rượu đã cạn, nhìn người đàn ông, lòng Nhân chùng xuống, nghĩ, giá mình còn sống lâu, và có được một mối tình như thế, hạnh phúc biết bao. Nhân đứng dậy,

"Mình về, bác."

"Ừ, về."

Hai người trở lại đường cũ, đến ngã tư họ chia tay. Người đàn ông qua đường, lầm lũi bước chậm, chiếc lưng còng, nón cối trên đầu bạc màu, bóng đổ dài trên vỉa hè. Dáng vẻ cô độc làm Nhân động lòng trắc ẩn, nghĩ đến những tháng ngày tương lai, với niềm đau mất vợ, người vợ tuy chắp vá nhưng ghi đậm dấu ấn trong đời, ông ta sẽ thế nào? Nhân hình dung người đàn ông những buổi tối một mình trong quán nhỏ, với xị rượu đế, đĩa mồi đưa cay và chập chờn trong đầu bóng dáng người vợ đã khuất. Như thế, cứ như thế, thời gian lừng lững trôi, đến bao giờ người đàn ông mới trở lại cuộc sống bình thường hay mãi vậy. Cho đến ngày xuôi tay ư? Nhân không biết. Cuộc đời đổi thay vô thường, không ai biết trước được tương lai, Nhân chỉ mong người đàn ông bình yên đi nốt quãng đời còn lại trên trần thế này.

Dù uống không ít, Nhân vẫn chưa say. Phố khuya vắng lặng, Nhân lững thững đi bộ về khách sạn. Hy vọng đêm nay không bị hành.

*

Nhân dự tính sẽ vượt cây cầu sắt bắc qua con sông

hẹp, chứng tích của hai mươi mốt năm chia cắt hai miền Nam Bắc. Cây cầu tuy nhỏ, không là căn nguyên dẫn đến bao điêu linh, tang tóc, khiến hơn ba triệu người đã đổ máu, nằm xuống, trở thành phân bón cho lúa mạ, cỏ cây trên ruộng đồng, thôn xóm, trên bạt ngàn Trường Sơn cùng nhiều triệu người nữa là nạn nhân của chia lìa, mất mát, kéo dài mãi đến hôm nay, không chỉ trên dải đất mang tên Việt Nam, mà còn loang rộng khắp mọi quốc gia trên hành tinh này… nhưng lại là chứng tích của lịch sử, gợi cho người ta nhớ lại một thời kỳ mỗi khi nhắc đến hoặc nhìn thấy. Nhân tuy sinh sau đẻ muộn nhưng qua sách vở và hồi ức truyền miệng của cha chú xưa kia, cũng hình dung được phần nào giai đoạn tang thương này của đất nước. Nhân sẽ chính mắt mình, nhìn thấy hai màu sơn xanh vàng, nay đã được phục chế trên hai thành cầu của hai nửa phía tham chiến dưới sự sắp xếp của ngoại bang, thuở ấy.

Và rồi Nhân sẽ lần lượt đến thăm những thành phố, những vùng đất khi xưa, nếu so với bờ Nam sông Bến Hải, thì cuộc sống của dân đen đói nghèo và nhiều tai ương hơn do thổ ngơi, bom đạn cộng với sự hà khắc của chế độ cai trị lúc bấy giờ.

Nhân ngồi dễ chừng cũng đã hơn hai tiếng đồng hồ trong quán giải khát. Chiều đang xuống, công viên lớn phía bên kia lộ với những con đường tráng xi măng

Cầu Hiền Lương, vĩ tuyến 17, phân chia ranh giới hai miền Bắc Nam thời chiến.

ngang dọc. Trên những vuông trống dọc các con đường này từng nhóm nhỏ đang tập tài chi, môn thể thao được người già ưa chuộng vì những động tác cơ bản chậm, rất chậm. Ngày nay, hầu hết mọi công viên, từ Nam chí Bắc, đều nhìn thấy cảnh này vào hai buổi sáng, chiều. Phía bên phải công viên, trên ngọn đồi thấp là tòa nhà lưu niệm kiến trúc theo kiểu chùa Việt Nam, ba gian, hai mái, hàng cột lớn bằng gỗ quý ngoài chái hiên chạm trổ hoa văn đầu mỗi cột. Bên trong công trình này thờ ba mươi hai quân nhân đã bỏ mình trong một trận không kích B52 thời chiến tranh, cùng nhiều kỷ vật liên quan đến những người đã khuất. Theo lời ông già chủ quán thì ngôi nhà lưu niệm rất linh thiêng. Rằm, nhiều người đến đây lễ bái, cầu xin, hầu hết đều như ý. Hư thực thế nào không rõ nhưng lời đồn lan xa, lan cả đến các vùng miền khác cách xa vài trăm cây số, khiến lượng người tới cúng lễ, cầu xin mỗi ngày mỗi đông, phát sinh nhiều dịch vụ ăn theo. Chung quanh công viên mọc lên nhiều quán trọ, nhà hàng, cửa tiệm cung cấp vật liệu cúng kiếng như nhang đèn, vàng mã… Giữa công viên là một hồ rộng, nước trong hồ mấp mé vòng tường thấp, im sóng, những vạt bông súng tím nhạt nhô cao. Cũng theo lời ông già thì ngày xưa, vùng này là cánh rừng thưa, giáp ranh thành phố, nơi trú đóng của một đơn vị phòng không. Một lần, B52 rải thảm, biến rừng thành bình địa và gây tử vong cho ba mươi hai quân nhân vừa kể. Khu rừng bị cày nát, lỡ chỗ nhiều hố bom sâu. Sau 1975, dân cư tăng nhanh, nhà cửa, đường sá, mọi công trình công cộng dần hình thành. Vùng đất hoang xưa, nay đã trở thành công viên. Các hố bom được lấp bằng. Một vài hố còn lại được cơi mở, nối liền, tạo thành hồ nước lớn. Gần nửa thế kỷ, những người trẻ ngày nay khi cùng người tình nắm tay nhau dạo chơi trên các lối đi phẳng phiu, dưới những bóng cây thẳng tắp, nhìn đàn cá Koi lượn lờ dưới mặt hồ im sóng, nhìn những cọng súng vươn cao trổ đài hoa tím nhạt, những cánh chuồn vàng rực chao trên mặt nước và bầu trời xanh trên cao trôi chậm dải mây trắng nõn…, họ làm sao có thể hình dung được, nửa thế kỷ trước, nơi này từng ngày đêm khét lẹt mùi thuốc súng, cây cành cháy đen gãy đổ ngổn ngang, những hố bom sâu váng phèn, là mồ chôn bao uổng tử tóc còn xanh, tuổi đời chỉ trên dưới hai mươi.

Nhân gọi tính tiền, ra khỏi quán, băng qua lộ sang công viên. Nhân muốn xem thật gần cảnh quan nơi này, tưởng tượng, so sánh với lời kể của người chủ quán già, để một lần nữa, cảm được hai chữ vô thường.

Đến ghế đá dưới bóng cây cạnh hồ nước, Nhân ngồi xuống. Không gian đã gần ngả sang đêm, bóng tối dần lên, dãy đèn dọc các con đường nhỏ quanh hồ bật sáng, soi rõ đàn cá bơi chậm, thoáng mất thoáng hiện dưới những lá súng lớn xanh sẫm. Nhân cúi nhặt một viên sỏi ném xuống, mặt nước xao động, đàn cá tản nhanh, mất biến sau vạt súng, dưới đáy hồ. Nhân bật cười thích thú.

Một thiếu phụ ngoài bốn mươi, vóc người tầm thước, mặt xương, tóc cột đuôi ngựa, áo thun xanh nhạt tay ngắn, quần sẫm màu bó sát, giày bata trắng chạy chậm trên lối. Đến chỗ Nhân, thiếu phụ bỗng ghé vào,

"Cậu cho tôi ngồi nghỉ mệt một chút."

Nhân vui vẻ nhích người nhường khoảng trống rộng trên mặt ghế đá,

"Chị tự nhiên. Sao chị tập thể dục trễ dzậy?"

"À, đóng cửa quán xong tôi mới rảnh, ngày nào cũng tập muộn vì thế."

Thiếu phụ bỗng hỏi.

“Nghe giọng nói, có phải cậu ở trong Nam?”

“Dạ, tôi ở Sài Gòn.”

“Sài Gòn, hai mươi sáu năm trước tôi từng sống.”

“Dzậy à? Chị sống ở trỏng nhiêu năm?”

“Từ hồi tôi hai mươi, mãi đến năm hăm sáu mới trở lại đây.”

Rồi tuy Nhân không hỏi tiếp, thiếu phụ vẫn thao thao về quãng đời cũ, kiểu như đã lâu không gặp “người ở trỏng” để chị thoải mái tâm sự. Đã sống trong Nam một thời gian đủ dài, thiếu phụ hiểu tính tình xởi lởi, bộc trực, ruột để ngoài da của dân miền này. Vì vậy, có những bí mật rất riêng, thiếu phụ vốn không thể thổ lộ cùng đồng hương, vì theo chị, họ xét nét, hẹp lòng…, nay, gặp Nhân, dù chỉ sơ giao, thiếu phụ vẫn không ngần ngại trút hết nỗi niềm. Một cách giải tỏa nội tâm chăng?

Liễu, tên thiếu phụ, vào Nam cùng một bạn gái. Năm ấy Liễu vừa tròn hai mươi. Quê nghèo, gia cảnh khó khăn, học chưa hết lớp tám phải nghỉ, chẳng biết phải làm gì để nuôi thân và lo cho cha mẹ cùng bầy em nhỏ bốn trai hai gái. Có bạn rủ rê vào Sài Gòn, nghe nói ở đấy dễ kiếm tiền lắm. Người bạn có một bà cô họ xa làm ăn khấm khá, bà này sẽ nhận hai chị em vào làm tại ngay cơ sở nhà.

Liễu theo người bạn, lên xe lửa tốc hành, xuôi Nam.

Tàu chạy dễ chừng đã hơn ba tiếng. Ngồi cạnh cửa sổ nhìn ra, đêm đã khuya, trời mùa hè trong và cao, vầng trăng già vừa ra khỏi đám mây, nhả xuống mênh mông thảo nguyên một màu sáng lung linh. Tít mù xa, rặng núi chạy dài nổi bật trên nền trời. Gần hơn, những đồi thấp nhấp nhô. Gần hơn nữa, ruộng lúa đương thì ngã rạp trong gió. Cảnh đẹp đến nao lòng. Người bạn nói,

"Ngủ đi, còn những một ngày một đêm nữa mới đến, phải dưỡng sức để còn chiến đấu."

"Chiến đấu, khiếp, đừng làm tớ lo."

Người bạn cười thành tiếng,

"Haha… , cậu nhát quá, đã nói trong Nam nào phải như quê mình."

Không lo sao được. Lần đầu xa nhà, đến một nơi chẳng họ hàng thân thích, biết bà cô người bạn đáng tin chăng? Nhỡ không như bà ấy hứa, Liễu sẽ phải thế nào? Hàng trăm câu hỏi trong đầu khiến Liễu không sao chợp mắt được. Nhìn người bạn ngoẹo đầu, tựa vào vai mình ngon giấc, Liễu nghĩ, cô ta thực vô tâm. Tàu chạy thêm hai tiếng nữa, bụng đói, Liễu đánh thức người bạn,

"Tớ đói, đến căn-tin ăn đi."

Người bạn còn ngái ngủ, che miệng ngáp dài, càm ràm,

"Khỉ ạ, tớ đang ngon giấc."

"Cậu ngủ được, hay thật."

Ngồi trong căn-tin, Liễu hỏi,

"Bà cô của cậu làm nghề gì?"

"Tớ không rõ, chỉ nghe bà ấy nói có cơ sở kinh doanh rất phát đạt."

"Cậu ấm ớ quá, phải hỏi cơ sở kinh doanh gì chứ."

"Cậu mới ấm ớ, cứ lo con bò trắng răng, mệt bỏ xừ."

Thấy người bạn có vẻ bực mình, Liễu không nói nữa. Ăn uống xong, hai người trở về chỗ ngồi, người bạn nối lại giấc ngủ nhanh chóng, Liễu chỉ thiếp đi một thời gian ngắn khi tàu gần đến trạm cuối.

Tàu vào sân ga, hai người vừa ra khỏi cổng, một tài xế xe ôm chạy tới,

"Hai cô về đâu?"

Người bạn cười,

"Chúng tôi hai người, ngồi xe ôm đâu được."

"Được, chở hai, chuyện bình thường."

"Cảnh sát không bắt à?"

Gã tài xế xe ôm nhún vai,

"Bọn tôi biết cách luồn lách, còn khuya mới bắt được."

Quả, nhiều con hẻm thông từ đường này sang đường khác, vừa rút ngắn lộ trình và thời gian, vừa tránh được cảnh sát.

Đến nơi, Liễu và người bạn bàng hoàng, sợ hãi. Cơ sở kinh doanh của bà cô chỉ là một quán bia ôm kiêm động mãi dâm.

Cho nghỉ ngơi ba hôm, bà cô bắt hai chị em vào việc.

Đầu tiên là tiếp khách, nghĩa là phải ngồi với khách, cho sờ mó, bóp nắn, hun hít, rồi lợi dụng khách say đòn, chuốc bia. Khách uống càng nhiều, tiền thưởng càng bộn.

Khi đã quen với công việc chuốc bia, sẽ từ từ dẫn đến chuyện chính, lợi nhuận gấp nhiều lần hơn, "đi" với khách! Hai chị em không đáp ứng được yêu cầu, từ chối cho khách gỡ gạc. Kết quả, khách không vừa ý, phàn nàn, bà cô đay nghiến,

"Các cô nghĩ mình là thứ gì? Tiểu thư khuê các à? Muốn ăn phải lăn vô bếp, bộ tiền trên trời rơi xuống chắc? Rõ nỡm."

Một tuần nữa trôi qua tình trạng vẫn không khả quan, bà cô răn đe,

"Tôi không dư của nuôi báo cô hai tiểu thư, làm hay không cho tôi biết để còn tính."

Bà cô "tính" thật. Đến ngày thứ mười, bà ta ra lệnh cho ba thằng ma cô,

"Các chú hãy dạy cho hai tiểu thư này một bài học."

Lập tức hai chị em bị lôi vào một phòng trống. Chúng bắt người bạn ngồi xem chúng dạy Liễu.

"Yên trí, em không mất phần đâu, xử xong con này, sẽ đến phiên em ngay thôi."

Hai thằng quật Liễu té ngửa ra nền gạch, rồi thô bạo lột trần truồng. Chúng đè nghiến Liễu nằm tênh hênh, đôi vú săn chắc vươn cao, núm sưng mọng, gò tình no tròn, hai mép môi e ấp dưới thảm lông đen mịn. Thằng còn lại đốt cây đèn cầy, đến gần,

"Chà, bưởi bòng, sò hến hớ hớ thế kia, anh chẳng nỡ cho sáp nhỏ giọt vào, nhưng bà chủ đã ra lệnh, anh nào dám cãi."

Thằng ma cô kê cây đèn cầy sát một núm vú,

"Thế nào, mày chịu nghe lời bà chủ không?"

Liễu khiếp hãi, cố vùng thoát nhưng hai thằng ma cô đè cứng, không sao nhúc nhích, Liễu khóc nức, tiếng van nài phát ra đứt quãng,

"Em... lạy... anh..."

"Tao hỏi lần chót, mày chịu nghe lời bà chủ không?"

"Em... lạy... anh..."

Thằng ma cô gằn giọng,

"Con này lì."

Và nghiêng cây đèn cầy cho những giọt sáp nhỏ trên núm vú, Liễu hét lớn, cơn đau buốt óc. Khi những giọt sáp di chuyển xuống cửa mình thì Liễu hết chịu nổi, ngất xỉu.

Người bạn chứng kiến cảnh Liễu bị hành hạ, sợ quá, bằng lòng làm theo yêu cầu của bà cô. Liễu nằm liệt giường gần một tuần, khi sức khỏe kha khá, bà cô lại ra lệnh cho ba thằng ma cô tái diễn màn tra tấn, Liễu nghe, hoảng sợ nức nở,

"Cháu bằng lòng..."

Bà cô cười gằn,

"Phải chi ngay từ đầu tiểu thư không đỏng đảnh thì đâu nên nỗi."

Biết Liễu chưa mất cái nghìn vàng, bà cô tìm người bán. Giám đốc một công ty bất động sản tuổi sồn sồn, thấy Liễu có nhan sắc, lại trẻ, ông ta thương lượng mua đứt làm của riêng. Liễu không biết giá cả thế nào, tuy nhiên, cũng được chia một phần nhỏ. Và thay vì ở lại "cơ sở", tay giám đốc thuê cho Liễu căn chung cư, đồng thời sang một sạp be bé bán quần áo trẻ em ở chợ BT để Liễu tự lực kinh tế. Bù lại, bất cứ lúc nào ông ta đến, Liễu phải ân cần cơm bưng nước rót, và phục vụ sinh lý chu đáo. Liễu được tay giám đốc xem như vợ nhỏ. Thôi thế cũng được, vừa ấm thân vừa có tiền gửi về nuôi gia đình. So với người bạn, Liễu may mắn hơn nhiều. Người bạn sống ở "cơ sở" đến năm thứ hai, buồn quá, rơi vào nghiện ngập, nhan sắc nhanh chóng tàn phai, bị vứt ra đứng đường. Khi Liễu về quê, cô có rủ nhưng người bạn lắc đầu,

"Tớ không còn đường về nữa rồi!"

Đến năm thứ hai, Liễu có thai và cho ra đời một bé gái. Khi đứa bé lên bốn thì bà vợ lớn phát hiện chồng có vợ bé. Thế là bà ta thuê một đám giang hồ cùng bà đến đánh ghen. Liễu bị một trận đòn thừa chết thiếu sống, gọt tóc, mắt sưng và bầm tím hai má. Trước khi bỏ đi, bà ta đạp thêm cái nữa vào cái thân xác tả tơi bầm dập của Liễu cùng lời đe dọa,

"Khôn hồn thì cút khỏi thành phố này ngay, mày còn ở đây, chồng tao còn lui tới, tao sẽ trừng trị mày bằng át xít chứ không nhẹ nhàng thế này đâu."

Liễu sợ quá, tìm người sang gấp sạp hàng rồi tức tốc bế con về quê.

Nhờ số tiền sang sạp cộng với vốn liếng dành dụm bao năm, Liễu mở một quán nhậu bình dân. Phúc, chồng Liễu bây giờ, là một trong số khách trung thành với quán từ buổi đầu. Phúc là nhân viên cấp trung tại tòa hành chính thành phố, hơn Liễu mười tuổi, góa vợ đã bốn năm khi quán mới khai trương. Một ngày nọ, Phúc ngỏ ý muốn chắp nối cùng Liễu. Thấy Phúc hiền lành, Liễu nhận lời, Phúc dọn về sống chung. Ban ngày, Liễu trông coi quán, chiều đi làm về, Phúc thay vợ để Liễu có thời gian lo cơm nước, thu vén công việc gia đình, cũng như ra công viên tập thể dục mỗi chiều. Họ sống hạnh phúc, ấm êm.

Nhân hỏi,

"Còn cô bé thế nào?"

Thiếu phụ nói,

"Nó nhỏ hơn cậu chắc vài tuổi, vừa có chồng năm rồi, nhà ở ngoại ô thành phố này, hàng tuần vợ chồng nó vẫn về thăm chúng tôi. Cách đây bốn năm con bé có vào Sài Gòn tìm cha. Ông ấy đã mất tám năm trước trong một tai nạn xe. Bà vợ tái giá với một doanh nhân khác. Tuy bị bán, nhưng công tâm nhận xét, nhờ ông ấy mà tôi thoát được cảnh bán trôn nuôi miệng, và trong nhiều năm dành dụm, tôi cũng đã có được một đời sống ổn định, lo được cho bố mẹ và giúp các em tôi ăn học đàng hoàng. Tôi mang ơn và mong linh hồn ông ấy thanh thản ở cõi ngoài trần gian đầy khổ lụy này."

Thiếu phụ xem giờ trên chiếc điện thoại,

"Tám giờ tối rồi, tôi chỉ mới chạy được một vòng, thôi chào cậu, tôi phải tiếp tục đây, chúc cậu có chuyến du lịch như ý."

Thiếu phụ đứng dậy bước xuống con đường nhỏ và bắt đầu chạy chậm, Nhân nhìn theo cho đến khi bóng bà ta khuất sau hàng cây thấp. Nhân hình dung quãng đường dài hai mươi sáu năm mà bà ta đã đi qua, non một phần ba đời người với bao nhiêu thăng trầm, buồn vui, khổ ải. Nghĩ đến những giọt đèn cầy nhỏ trên hai núm vú và phần thịt da nhạy cảm giữa vùng trũng âm hộ, Nhân rùng mình, thế giới này còn bao điều kinh khủng khác. Tầm thường như vì miếng cơm manh áo hay cao cả, nhân danh bao mỹ từ như bảo vệ quê hương, giữ gìn bờ cõi, đánh đuổi ngoại xâm, người ta đã tạo nên những phòng tra tấn, nghĩ ra những khảo hình man rợ... . Để đạt được mục đích, bất kể tốt xấu, họ không ngần ngại làm những điều, chỉ tưởng tượng thôi, đã khắp người nổi gai.

Nhân ra khỏi công viên, ghé vào một nhà hàng nhỏ dùng bữa tối trước khi về khách sạn thu vén hành lý và ngơi nghỉ. Ngày mai, Nhân sẽ đến một thành phố nghe nói xưa kia, thời còn chiến tranh, từng đói nghèo, cơ cực, đạn bom, chết chóc.

Một điều lạ, kể từ hôm uống rượu với người đàn ông ngoài bờ sông, đến nay, cơn đau âm ỉ, quặn thắt hàng đêm, bỗng dưng biến mất.

Dự tính xem chừng không thực hiện được. Đã mười giờ sáng, đêm qua, tưởng ngủ ngay khi về đến phòng trọ, vậy mà loay hoay mãi đến hai giờ sáng mới chợp mắt. Nhân tính sẽ lên đường ngay khi thức dậy, nhưng đang khom người xếp đồ vào ba lô thì cơn đau trở lại, dữ dội. Cũng có nghĩa, "điều lạ" mà Nhân nghĩ hồi đầu đêm đã không kéo dài lâu, Nhân ngã vật ra nệm, mặt tái xanh, mồ hôi ra ướt toàn thân, dù bình minh vừa ló dạng, khí trời còn mát. Cơn đau lần này hung bạo và kéo dài lâu, nó làm Nhân có cảm tưởng như đang bị hàng triệu con trùng đục khoét thịt xương. Nhân biết nếu tiếp tục hành trình, chắc chắn sẽ gục một nơi nào đó trên đường. Trở về thôi, Nhân tự nhủ. Nguyện vọng cuối đời đành bỏ dở!

Nhưng mong muốn tìm gặp thiếu nữ vẫn cháy đỏ,

Nhân quyết tâm thực hiện bằng được. Lý do nào khiến Nhân một mực kiên trì thế? Thêm lần nữa Nhân tự hỏi và không trả lời được.

Trên đường trở lại thị trấn có ngôi cổ tự, vài lần Nhân nằm vùi đôi ngày trong các khách sạn vì cạn kiệt sinh lực, không thể ngồi lâu suốt hành trình. Soi gương Nhân thấy mình ốm và xanh mướt. Làm sao không suy sụp khi mà mỗi bữa ăn Nhân chỉ qua quýt cho xong, miệng nhạt đắng, đã thế bao tử có vẻ chối từ dung nạp bất cứ thứ gì. Ngày không ăn được, đêm mất ngủ, sức sống mỗi lúc mỗi cạn, thời điểm chung cuộc có thể đếm được từng ngày.

Tuy thế, cuối cùng, Nhân cũng về được nơi muốn về.

Buổi tối trong căn phòng nhỏ với cơn đau lì lợm đeo bám, Nhân định sáng hôm sau sẽ ráng lết lên ngôi cổ tự, với hy vọng sẽ gặp lại thiếu nữ hay ít ra cũng tìm thấy một vài manh mối, để từ đó nhanh gần đến mục tiêu. Thời gian không còn nhiều, Nhân rõ lắm điều này. Bằng mọi nỗ lực, Nhân phải thực hiện được mong muốn trước giờ xuôi tay. Với một người lần đầu gặp gỡ, quả khó khi muốn truy tìm, song hẳn thiếu nữ đã nhiều lần đến chùa, Nhân tin các ni sư không lạ.

Trăn trở mãi đến bốn giờ sáng, Nhân trở dậy, thay quần áo mới rồi xuống tầng trệt, đến phòng ăn gọi ly cà phê và phần điểm tâm nhẹ. Nhân nhẩn nha nhấp từng ngụm nhỏ chất nước đắng và nhìn vu vơ, tia mắt dừng lại lâu phía cửa chính. Trên chiếc ghế cao, cô tiếp tân có vẻ mệt, đưa tay che miệng ngáp. Ca trực đêm hẳn dài, dù đối với một người trẻ và khỏe như cô. Cũng may có chiếc điện thoại thông minh và hàng nghìn ứng dụng, chat chít, đọc tin tức thời sự, thơ văn, phim ảnh… Thời đại công nghệ đã giúp người ta đốt nhanh thời gian khi phải ngồi chờ khám bệnh hay sắp hàng đợi trả tiền trong siêu thị, đợi xe bus… Qua điện thoại thông minh, người ta có thể biết bất cứ thứ gì, thuộc lĩnh vực nào, chỉ cần vài thao tác giản dị, là lập tức có ngay giải đáp tường tận, khả tín với hình ảnh minh họa phong phú. Thỉnh thoảng bắt gặp bọn trẻ chỉ mới lên mười thoăn thoắt các ngón tay trên phím điện thoại, Nhân chạnh lòng nghĩ đến thế hệ cha chú, mỗi khi cần tìm hiểu việc gì là phải cọc cạch đạp xe tới thư viện, lục tìm bở hơi tai chưa chắc đã tìm thấy điều muốn tìm. Có lẽ cực nhọc thế nên người ta rất trân quý, nể trọng những người có kiến thức. Họ đã khổ công biết bao mới tích lũy được núi gia tài vô hình nhưng vô giá đó. Bây giờ thì ai cũng có thể trở thành "thức giả", sự trân quý dành cho trí thức không còn được như xưa. Ba tháng trước, một chú em chỉ mới mười ba tuổi đã khiến Nhân ngạc nhiên, khi thấy Nhân đóng mãi một cây đinh vào tường vẫn không trúng được thanh gỗ bên trong, cậu ấy lên tiếng,

"Anh phải đo từ khung cửa vào, cách sáu phân sẽ có

một thanh gỗ, chứ đóng hú họa kiểu này vừa nát tường vừa phí công."

"Sao em biết?"

Cậu em nhún vai,

"Google, trên ấy cái gì cũng có."

Quả, từ chuyện bá vơ như người có móng tay dài nhất thế giới đến lỗ đen bùng nổ hình thành vũ trụ, từ ông thần tài của Tàu đến bùa ngải của Miên, từ làm thế nào tẩy sạch lớp cháy đáy nồi đến bí quyết kho cá không tanh, để dễ bóc vỏ trứng gà, khi luột nhỏ vài giọt chanh vào nồi nước..., trên trời dưới đất, đông tây, trong phòng ngủ hay ngoài xa lộ..., tất thảy đều có. Hai mươi năm trước, du lịch đến quốc gia khác còn ngại ngôn ngữ bất đồng, ngày nay, chỉ cần nói vào điện thoại điều muốn hỏi bằng ngôn ngữ mẹ đẻ rồi trao cho dân bản địa, câu hỏi sẽ được lập tức dịch ra bằng chữ viết, người bản địa sẽ hiểu và trả lời bằng tiếng của họ. Tương tự, trao lại, ta đọc và hiểu câu trả lời bằng ngôn ngữ của ta. Chiếc điện thoại đã chu toàn nhiệm vụ thông dịch một cách thần kỳ.

Không ngon miệng nhưng Nhân cố uống hết ly cà phê và hai lát bánh mì phết bơ để có sức. Nhân trở về phòng, đợi nắng cao sẽ đón xe ôm đến chân núi lên cổ tự.

Vừa nằm xuống, bên sườn phải lại đau, Nhân nghĩ ngay đến phần ăn sáng lúc nãy đã cố nhồi nhét vào bao tử. Cơn đau dữ dội nhất từ trước đến nay, cuồn cuộn, như hàng trăm sóng lớn, đợt này chưa dứt đợt khác đã chụp lên. Nhân vật vã, lăn lộn. Nhân cố với tay lên bàn đêm, nơi để chiếc điện thoại song không kịp, cánh tay rơi thõng ngoài thành giường.

Chín giờ, nhân viên phục vụ vào dọn phòng, phát hiện Nhân bất tỉnh. Khách sạn bấm số cấp cứu, năm phút sau xe đến đưa Nhân vào bệnh viện.

Chiếc máy trợ thở và thuốc hồi sức đã giúp Nhân tỉnh lại. Nhân được xét nghiệm máu và chụp X quang, bác sĩ kết luận, Nhân sắp ra đi, người ta gọi báo tin cho thân nhân qua giấy tờ Nhân mang theo trong người.

Tỉnh lại nhưng do sức lực lúc này đã suy kiệt khiến Nhân lại chực rơi vào hôn mê. Bác sĩ phải cho chích morphine để Nhân đủ sức cầm cự chờ người nhà ra kịp. Trong trạng thái nửa tỉnh nửa mê, giữa những cơn vật vã và tiếng rên, người ta nghe Nhân không ngớt thì thào,

"Em đến..., em đến..."

Vẫn áo bà ba màu khói hương, vẫn suối tóc bồng bềnh, vẫn đôi mắt đăm đắm, vẫn tiếng nói như gần như xa và mùi nhang trầm ngan ngát thơm..., thiếu nữ ngồi bên Nhân, sát mép giường, đưa bàn tay đặt nhẹ trên vầng trán rịn mồ hôi,

"Sinh lão bệnh tử, quy luật."

Hơi ấm bàn tay lan tỏa từ trán xuống toàn thân, Nhân nhắm mắt, giọng nhỏ,

"Tôi hiểu."

Thiếu nữ rút tay về, hướng mặt ra cửa sổ, vầng trăng thượng tuần vằng vặc, bầu trời cao thăm thẳm. Mùi nhang trầm khi đậm khi nhạt,

"Có đến phải có đi, có hợp phải có tan, có nở phải có tàn."

Nhân mở mắt, lặp lại câu trả lời,

"Tôi hiểu."

Thiếu nữ nhìn sâu vào mắt Nhân, tia nhìn thấu tỏ,

"Anh hiểu, nhưng anh vẫn không đành lòng ra đi, đúng thế không"

Nhân thở dài,

"Tôi còn trẻ."

"Tất cả chúng ta, sớm hay muộn, sẽ phải lên đường. Đối với nhân gian, sống lâu là phúc phần, nhưng dưới lăng kính khác, sống lâu chỉ là dài thêm khổ lụy. Ngẫm mà xem, từ lúc sinh ra đến bây giờ, anh buồn hay vui nhiều?"

"Vẫn biết thế, nhưng chẳng ai muốn lìa bỏ cõi đời này."

Thiếu nữ im lặng, mắt lại dõi ra bên ngoài cửa sổ. Vầng trăng vừa khuất vào mây, căn phòng trở nên lung linh hư huyễn, khuôn mặt thiếu nữ, và cả thân thể nữa, như khói, chực tan nhòa vào bóng tối. Có tiếng cú rúc văng vẳng. Thiếu nữ nói, âm trầm,

"Nhân gian thường tin ông trời hay thượng đế sắp

xếp mọi chuyện, kể cả cái sống, cái chết của chúng ta. Thiết nghĩ, đi hay ở, chẳng đấng quyền năng nào quyết định cả, mà do bởi ta, từ ta, nghiệp dĩ,"

"Tôi chưa hiểu."

"Chết không có nghĩa là hết, mà là chuyển sang một kiếp mới, mang theo tất cả mọi tốt xấu của hiện tiền, nếu ít nợ nần ta đi sớm, ngược lại, phải tiếp tục sống để trả nợ."

"Có vẻ mâu thuẫn nhỉ."

Thiếu nữ cười nhẹ,

"Nhân gian tham sống sợ chết, lấy hư làm thực, lầm lạc này là đầu mối mọi khổ đau. Cái xác ngoài nghĩa trang chỉ là mớ thịt xương, vật chất sẽ phải hư hoại, nhanh hay chậm rồi cũng thành đất."

Thiếu nữ lại đặt bàn tay lên trán Nhân,

"Hãy bình tâm chấp nhận, sẽ ra đi nhẹ nhàng hơn."

"Tôi muốn gặp em"

Bóng hình thiếu nữ nhạt dần, như muốn tan vào màn đêm hư ảo, Nhân nghe văng vẳng,

"Tùy duyên."

"Em…, đừng đi."

Như khói, bóng thiếu nữ tan hẳn vào màu sáng lung linh của vầng trăng, vừa ló ra khỏi đám mây.

Chương II

mãi yêu anh, câu thốt giữa mùa đông
dòng thần ngữ rót vào tim mừng lệ
yết đế, yết đế, ba la tăng yết đế
vượt qua rồi
mật chú
tiếng lòng em.
Phm (thần chú)

Tối qua mẹ trằn trọc, rên rỉ suốt làm Tâm cũng mất ngủ theo. Mẹ than đau nhức chịu không thấu các khớp tay, ngón chân cái và đầu gối. Mẹ đưa Tâm xem, những vùng này sưng vù, tấy đỏ. Đấy chính là bệnh *gout,* tức thống phong, nói theo ngôn ngữ dân gian, thường xuất hiện ở nam giới từ ba đến sáu mươi tuổi, ở nữ giới sau thời kỳ mãn kinh. Bệnh do rối loạn chuyển hóa nhân purin trong thận, khiến thận không thể lọc axit uric từ máu. Axit uric thường vô hại và được hình thành trong cơ thể, sau đó sẽ được đào thải qua nước tiểu và phân. Với người bị bệnh *gout*, lượng axit uric trong máu tích tụ qua thời gian. Khi nồng độ này quá cao, những tinh thể nhỏ của axit uric được hình thành, chúng tập trung lại ở khớp gây viêm, sưng và đau đớn cho bệnh nhân.

Tâm nói sẽ đưa mẹ đi bác sĩ, mẹ lắc đầu,

"Tao không uống thuốc tây đâu."

"Không uống thuốc tây, thế mẹ muốn uống thuốc gì?"

"Nghe nói các sư cô trụ trì chùa trên núi chẩn bệnh, chữa trị hay lắm, mày đưa tao lên trển nhờ các sư cô bắt mạch, hốt thuốc."

"Thế kỷ thứ hai mốt rồi mẹ ơi, bệnh của mẹ thiếu gì thuốc hiệu quả, uống chi ba thứ lá cây."

"Tây với u, tao không quen, cứ đưa tao lên chùa gặp các sư cô."

Tâm đành chiều mẹ, dù thâm tâm không tin tưởng tí nào những gói thảo dược mà người ta vẫn thường gọi là "thuốc Nam", chỉ gồm toàn lá, rễ cây.

Khổ nỗi với tuổi tác, cộng thêm đau nhức, mẹ làm thế nào lên đến chùa cao chót vót trên đỉnh núi? Tâm nói với mẹ trở ngại này. Mẹ bảo,

"Tao nghe nói có phu cõng người già lên trển mà."

Tâm cũng có từng nghe nói chuyện này. Phu thồ, đeo trên lưng một giỏ mây giống chiếc ghế tựa, người ngồi lên, họ buộc dây an toàn rồi cõng lên núi. Người già, đa phần chỉ nặng trên dưới năm mươi ký, trong khi hầu hết dân thồ là trai tráng mạnh khỏe, trọng lượng này xấp xỉ bằng chiếc ba lô chứa quân trang quân dụng và súng đạn thời gian đi nghĩa vụ quân sự, nên không thành vấn đề với họ.

Anh phu thồ cõng mẹ khỏe thật, thoăn thoắt leo các bậc cấp nhẹ nhàng, thong dong như dạo chơi trên đất bằng, Tâm đi một mình vẫn theo không muốn kịp.

Khởi hành từ chân núi khoảng tám giờ sáng, chỉ năm mươi phút sau, kể cả mười phút nghỉ chân, anh phu cõng mẹ và Tâm đã đến khoảng sân rộng trước cổng ngôi cổ tự. Hôm nay không phải ngày rằm hay mùng một nên khách hành hương tương đối ít, Tâm dìu mẹ vào chánh điện. Hang rộng, mái vòm cao dễ chừng sáu bảy thước, trên bệ lớn một tượng Phật tạc bằng đá, đôi mắt khép hờ, miệng hơi mỉm cười nhìn xuống vẻ từ bi. Tâm bị choáng ngợp trước khung cảnh hoành tráng và trang nghiêm. Mẹ Tâm quỳ lạy trên tấm thảm rộng dưới chân bệ tượng, Tâm cũng quỳ bên cạnh, ngước nhìn khuôn mặt bình yên của Phật, lòng dấy lên cảm giác nhẹ nhàng, thanh thoát. Mẹ xoay qua nói nhỏ,

"Con đến chỗ sư cô trẻ đang sắp trái cây trên bàn thờ nói mẹ xin gặp sư bà."

Tâm đứng dậy đi về hướng sư cô trẻ,

"Thưa sư cô."

Vị ni sư quay nhìn Tâm,

"Thí chủ cần gì?"

Tâm chỉ tay về hướng mẹ mình,

"Thưa sư cô, mẹ tôi xin được gặp sư bà."

"Có việc gì ạ?"

"Thưa, mẹ tôi muốn được chẩn bệnh, hốt thuốc."

Vị ni sư xoay người,

"Xin theo tôi."

Tâm ra dấu, mẹ đứng lên, cả hai theo ni sư ra sau chánh điện, qua vòm lớn dẫn vào một hang rộng. Trên phiến đá phẳng, sư bà ngồi theo tư thế kiết già, hai tay bắt ấn đặt trên đùi, mắt nhìn xuống. Sư bà đang thiền định. Ni sư trẻ chắp tay, cúi đầu,

"Bẩm, có người muốn gặp."

Sư bà thở ra một hơi dài, làm vài động tác xả thiền rồi hướng tia nhìn về phía mẹ Tâm, chậm rãi,

"Thí chủ gặp tôi có chuyện gì?"

Mẹ lên tiếng,

"Bạch sư, con muốn được chẩn bệnh, hốt thuốc."

"Thí chủ để tay lên đây."

Sư bà chỉ chiếc gối nhỏ trên đôn gỗ đặt cạnh chỗ ngồi. Mẹ đi tới, sư bà chăm chú bắt mạch cho mẹ, một lát, sư rút tay về, vẫn giọng từ tốn,

"Thí chủ bị bệnh thống phong đúng không?"

"Bẩm, phải ạ"

"Đã uống thuốc gì chưa?"

"Bạch sư bà, con không muốn uống thuốc tây."

"Thực ra thuốc tây khống chế được ngay cơn đau, tuy nhiên chỉ cấp thời thôi, không chữa được tận gốc, sẽ tái đi tái lại, nghĩa là phải dùng thuốc suốt đời."

"Bạch sư bà, con hiểu."

Sư bà ghi toa,

“Thí chủ qua phòng bên hốt thuốc, để chế ngự được ngay cơn đau nhức, thí chủ cứ uống thuốc tây, cách hai giờ sau uống thuốc Nam, không sao cả.”

Mẹ con Tâm chào sư bà, lui bước. Hốt thuốc xong, họ đến chánh điện vái lạy một lần nữa rồi ra ngoài sân, Tâm gọi cho gã phu thồ. Trong lúc đợi, Tâm đến cạnh bức tường thấp nhìn xuống vực, gió lồng lộng cuốn lên, mát lạnh, Tâm nghĩ đến cuộc diện kiến vừa rồi, bán tín bán nghi, không biết gói lá cây kia có chữa được bệnh của mẹ? Tâm trẻ, hấp thụ nền giáo dục mới, không mấy tin tưởng vào thuốc Nam, dù Tâm biết, bất cứ dân tộc nào cũng đều có một nền y học cổ truyền, đó là kết quả tích lũy qua hàng nghìn năm. Nền y học này không phải không hiệu quả, có điều so với y khoa hiện đại, làm sao sánh bằng.

Dù khách hành hương không tấp nập nhưng sân chùa vẫn sinh động bởi những tà áo dài phất bay trong gió lồng lộng và tiếng cười của nhiều nam nữ trẻ lên đây cốt du ngoạn, chụp hình hơn hành hương. Gió đong đưa những rễ phụ thòng xuống từ các cột lớn chống đỡ mái chùa nhô ra từ vách núi. Bóng mát phía sau phủ một phần khoảng sân rộng lát gạch đỏ. Trưa đứng bóng.

Mẹ Tâm hỏi,

“Sao lâu vậy con?

Tâm nói với mẹ sau khi đã gọi cho gã phu thồ,

“Sắp tới rồi, anh ta bảo phải chờ một người, nên trễ,

thông cảm."

Về, mẹ Tâm chỉ uống thuốc của sư bà, nhất định không chịu đụng đến thuốc tây. Cơn đau hành đến ngày thứ ba thì dịu dần và chấm dứt sau một tuần. Tâm lên chùa bốc thêm thuốc khi sắp hết.

Từ dược phòng bước ra, Tâm vội vã đi nhanh. Chiều nay, Tâm có hẹn với cô bạn học, bổ túc vài giấy tờ cho niên khóa mới. Một thanh niên vừa rời chánh điện bước đến cửa thì Tâm va phải, chiếc túi ni lông vụt khỏi tay, rơi vung vãi các gói thuốc trên nền gạch,

"Xin lỗi."

Thanh niên lên tiếng đồng thời vội cúi gom mọi thứ trao lại cho Tâm,

Tâm cười,

"Tôi phải xin lỗi anh mới đúng."

Tâm nhận lại bọc ni lông từ tay thanh niên, hơi bị bất ngờ khi thấy chàng trai đối diện trẻ trung, cao to, tóc dài cột đuôi ngựa, áo sơ mi sậm màu mở cúc áo trên cùng, phong thái có vẻ lãng tử. Anh nói,

"Người ta đồn thuốc Nam của sư bà rất hay."

"Mẹ tôi tin tưởng lắm."

"Bác bệnh gì? Thuốc hiệu quả chứ?"

"Mẹ tôi bệnh *gout,* sau một tuần uống thuốc, nay đã thuyên giảm dễ chừng đến tám mươi phần trăm, theo sư bà, cần uống thêm mười ngày nữa để hết tận gốc, không tái phát như thuốc tây, chỉ chữa ngọn."

“Lời đồn không sai.”

“Trước đây tôi không mấy tin, nhưng nhìn thấy kết quả từ mẹ tôi, tôi thay đổi quan niệm.”

Hai người ra đến bậc cấp dẫn xuống chân núi, Tâm hỏi,

“Anh cũng về sao?”

“Vâng, tôi đã tham quan đủ.”

Tâm thắc mắc,

“Anh ở nơi khác đến đây du lịch?”

““Vâng, tôi ở SG, tốt nghiệp lâm nông, được điều lên làm việc ở ĐL, mãi đến đầu năm nay công ty chuyển tôi về đây, tuy chưa gần nhà, nhưng nắng ấm, ở trên kia khí hậu quanh năm ẩm ướt, buồn héo ruột.”

Hai người mãi trò chuyện, xuống đến chân núi lúc nào không hay, anh chàng nói với Tâm trước khi chia tay,

“Hẹn gặp lại cô một ngày gần.”

“Vâng.”

Họ cho nhau số điện thoại và địa chỉ rồi Tâm đón xe ôm đến chỗ hẹn với cô bạn.

Mùa hè sắp kết thúc, Tâm chuẩn bị trở lại lớp. Chỉ một năm nữa, Tâm sẽ ra trường, sẽ đi dạy, sẽ là cô giáo khi tuổi đời chỉ mới hai mươi hai. Ngay từ ngày đầu vào lớp mười, Tâm đã nuôi mộng trở thành cô giáo. Tâm thích ngành này vì bị mê hoặc bởi hình ảnh cô giáo trẻ dạy văn mảnh khảnh trên bục giảng khi cô say sưa nói về Xuân Diệu, Huy Cận, Nguyễn Bính… , những con chim đầu đàn của phong trào thơ mới vào những năm ba mươi thế kỷ trước. Giọng cô trong veo, mắt cô ngời sáng đam mê, bàn tay năm ngón thon cầm viên phấn trắng viết lên bảng. Cô giáo hẳn phải yêu lắm văn chương, thi ca và công việc đang làm. Tâm cũng thế, yêu vô cùng những bản văn sâu sắc, những bài thơ lấp lánh sáng tạo. Tâm mở trang *facebook*, cốt chỉ để lưu giữ những bản văn, những bài thơ cô yêu thích. Chỉ với hai mươi bốn chữ cái, các văn sĩ, thi nhân đã biến hóa chúng thành những hạt ngọc, làm phong phú tâm hồn chúng ta, họ đáng được trân trọng biết dường nào. Tâm muốn trở thành cô giáo, để chuyển đạt niềm yêu quí văn chương của cô đến với thế hệ đàn em. Bởi, Tâm nghĩ, con người ngoài thực phẩm nuôi sống thể xác, còn cần lắm dưỡng chất tinh thần, để làm giàu có tâm hồn. Điều này chắc hẳn không kém quan trọng.

Tâm xuống xe bên kia đường, băng ngang lộ vào cổng trường, cô bạn đón Tâm trên bậc thềm dẫn vào văn phòng.

Bạn nói, vẻ trách móc

"Tao đợi mày nửa giờ rồi đó."

"Tao đến đúng giờ mà."

Sau khi hoàn tất thủ tục nhập học, Tâm cùng bạn đi ăn kem và "tám" về năm học sắp tới. Bạn nói sẽ xin lên Đà Lạt khi ra trường, thành phố sương mù, nên thơ và lãng mạn bạn rất thích. Bạn nhắc đến tác phẩm của một nhà văn gốc Huế trước một chín bảy lăm, *Thư Về Đường Sơn Cúc*. Người con gái trú ngụ trên con đường này, con đường vàng rực hoa Sơn Cúc, màu vàng mộc mạc, tinh khiết. "Ông chú tao có quen tác giả, ông ấy bảo, ông ta nói năng vụng về, nhưng văn chương lại mượt mà, ướt sũng mộng mơ." Tâm bảo, "Văn chương là khát vọng được thăng hoa. Để ý mà xem, đa phần các nhà văn, nhà thơ đều thua thiệt một điều gì đó, khiến họ muốn tìm cách bù đắp bằng ước mơ qua chữ nghĩa. Không thiếu các anh văn sĩ thi sĩ cả đời phòng không chiếc bóng, nhưng văn thơ của họ ăm ắp những nụ hôn quấn quít, những vòng ôm mê đắm, những chăn gối nồng nàn." Người bạn cười khúc khích, "Ừ nhỉ, nghĩ cũng tội nghiệp, một hình thức thủ dâm. Nhưng thôi, tao muốn biết mày sẽ về đâu khi ra trường?" Tâm nhìn nắng chiều rải bóng mát ngoài chái hiên. Trên vỉa hè, một cặp tình nhân ngang qua, người con gái gần như ngả hẳn đầu trên vai người con trai. Tâm mãi nhìn họ, trả lời lơ đãng, "Còn quá sớm để nghĩ đến chuyện ấy."

Tâm về đến nhà khi trời đã xế bóng. Mẹ hỏi,

"Hôm nay chùa đông không con?"

"Cũng vắng, ngày thường mà."

"Con ăn gì chưa?"

"Dạ chưa, con đói quá."

"Mẹ nấu cơm rồi đó, hâm nóng lại xoong thịt, luộc

mớ rau dền là ăn thôi."

"Mẹ chưa ăn à?"

"Tao đợi mày."

Vừa dọn cơm, Tâm vừa nghĩ đến anh chàng có mái tóc dài cột đuôi ngựa, chiếc áo sơ mi mở nút trên cùng, đôi mắt sáng, nụ cười tươi. Nghệ sĩ và lãng tử. Bỗng Tâm mơ hồ linh cảm, anh chàng này sẽ chi phối mình không ít những tháng ngày sắp đến.

Linh cảm biến thành hiện thực khi qua tháng sau, vào buổi sáng nọ, khi Tâm chuẩn bị ra khỏi nhà thì có tiếng gõ cửa. Anh chàng mỉm cười nhìn Tâm khi cánh cửa mở,

"Chào cô."

Tâm bất ngờ, lúng túng,

"Ủa?"

"Vâng, hôm nay cuối tuần, tôi nghĩ cô có nhà."

"Tôi đang sửa soạn đi."

"Tôi làm phiền cô?"

" À không, tôi định đến rủ bạn shopping, không quan trọng."

Tâm đứng nép qua bên, nhường chỗ cho anh chàng bước vào phòng khách,

Anh hỏi,

"Bác gái có nhà chứ?"

"Từ hôm khỏi bệnh, mẹ tôi lên chùa ở hẳn để tiện làm công quả, mỗi tuần chỉ về nhà một hôm."

Tâm đưa tay về phía sofa,

"Mời anh."

Căn nhà vắng, yên tĩnh, buổi sáng chưa đi hẳn nên không khí còn thoáng mát. Anh chú ý đến một bức tranh khổ lớn, chiếm diện tích không nhỏ trên mặt tường, vẽ một người trần truồng đứng lẻ loi, đơn độc. Bức tranh giản dị, ít đường nét, màu sắc u trầm.

"Bức tranh toát ra vẻ cô quạnh." Anh buột miệng.

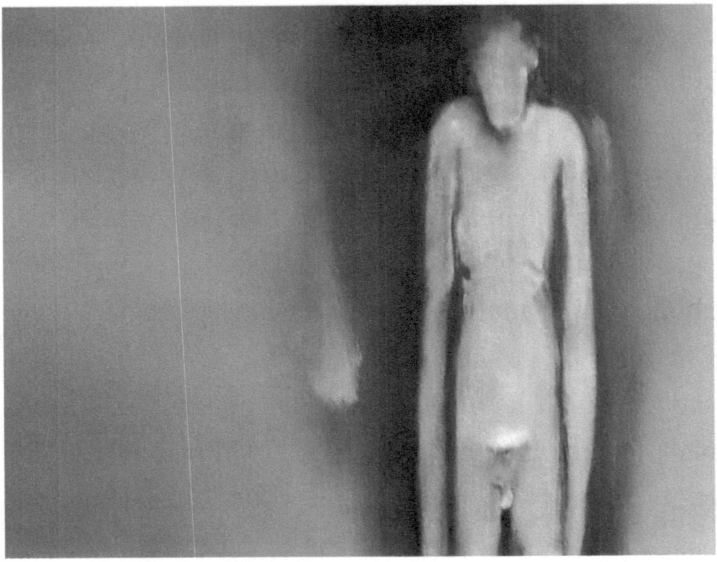

Cõi người – *sơn dầu* - KT

Tâm đáp

"Anh tôi vẽ đấy."

"Ồ, anh ấy là họa sĩ?"

"Vâng, ảnh mất rồi, lúc hai mươi hai tuổi."

"Vì sao?"

"Bệnh lao. Anh ấy sống bừa bãi, mẹ tôi khổ không ít vì anh ấy, thời gian còn học ở đại học Mỹ Thuật, anh ấy đã rượu chè hút sách, bất cần thân thể, đưa đến căn bệnh khó trị và một kết thúc đau đớn."

"Hầu hết mọi nghệ sĩ hình như có chung một mẫu số, họ không bình thường, thậm chí bị xã hội lên án."

"Tôi cũng nghĩ thế, như anh tôi, có vẻ như anh sống ở cõi khác, lơ mơ, bất cận nhân tình. Anh có người yêu, chị ấy đi lấy chồng. Chị tâm sự với tôi, rất mực yêu và ngưỡng mộ anh, nhưng không thể chung đường. Làm sao có được một mái ấm, con cái nên người, kinh tế gia đình ổn định khi mà anh ấy chẳng thiết tha bất cứ điều gì ngoài khung bố và cọ sơn. Thời đại bây giờ không giống những năm ba mươi, bốn mươi của thế kỷ trước, *quanh năm buôn bán ở mom sông, nuôi lấy năm con với một chồng*, cho bố chúng nó tì tì uống rượu làm thơ. Về mặt bình quyền, như thế là bất công, là vô trách nhiệm. Lẽ ra họ, những vị được gọi là nghệ sĩ kia, sức dài vai rộng phải gánh vác kinh tế gia đình, không thể chỉ biết *mơ theo trăng và vơ vẩn cùng mây*, lại còn rượu chè, nhịp phách, gái trai, bàn đèn hút sách"

"Mỗi người trời sinh ra đều có một đam mê. Có người thích văn chương, nghệ thuật, có kẻ yêu bóng đá, có kẻ chỉ thấy hạnh phúc khi đứng trên bục giảng."

"Nhưng cũng phải tuân thủ vài tiêu chuẩn chung, là bổn phận công dân với xã hội, là trách nhiệm ấm no với gia đình."

"Để có được vài tiêu chuẩn chung như cô muốn chắc chắn sẽ không bao giờ. Có những người sinh ra đã mê tiền, chỉ biết kiếm tiền. Lại có kẻ lơ mơ khi nhắc đến của cải. Khách quan nhận xét, chẳng thể bênh ai chống ai. Nếu không có những khoa học gia ngày đêm miệt mài trong phòng thí nghiệm, làm sao chúng ta thừa hưởng được những phát minh mới. Nếu không có những nghệ sĩ sáng tạo tranh, nhạc, văn, thơ..., tâm hồn của chúng ta sẽ nghèo nàn biết bao nhiêu. Tóm lại, tùy tâm cơ, mỗi người sẽ chọn cho mình một lối đi. Mục đích tuy có khác, thậm chí đối chọi nhau, song xét cho cùng thì chẳng việc nào vô bổ.

Anh đến chỗ sofa ngồi, đưa tay vuốt tóc,

"Cho nên tốt nhất chúng ta gác chuyện này sang bên. Mục đích của tôi hôm nay là đến thăm cô, mai, chủ nhật, mời cô đi xem kịch. Tôi có hai giấy mời của đạo diễn đoàn kịch, là bạn tôi. Mong cô không từ chối."

Tâm rất muốn nhận lời chàng, nhưng lại nghĩ, chỉ mới gặp lần thứ hai, sẽ bị đánh giá không hay nếu vội vã gật đầu. Nhìn thái độ, anh ta đoán được tâm trạng của Tâm,

"Đoàn kịch này do những nghệ sĩ trẻ đảm trách, họ

diễn lại những vở kịch mang tính đột phá, cập nhật cái mới hoặc chuyển thể các tác phẩm văn học hiện đại nên khó tìm được khán giả. Vì thế, chúng ta rất nên đến xem như một cách khích lệ tinh thần, để họ vững tâm vượt qua khó khăn bước đầu."

Nghe chàng nói, Tâm cảm thấy háo hức nên không còn ái ngại nữa,

"Anh làm Tâm tò mò. Vâng, ngày mai, mấy giờ?"

"Tám giờ bắt đầu, bảy giờ tôi sẽ đến đón cô."

Hai người đến sân khấu kịch mười lăm phút trước khi màn mở. Nơi đây thực chất là một nhà kho bỏ hoang được tu sửa lại. Đây là vở kịch được chuyển thể từ chương, *Chuyến Xe Đêm*, một tác phẩm văn học kinh điển của Konstantin Paustovsky, nhà văn Vũ Thư Hiên đã chuyển sang Việt ngữ vào khoảng thập niên tám mươi thế kỷ trước, với tên *Bông Hồng Vàng*, một bản dịch Tâm đã đọc và rất mê. Không biết các bạn trẻ làm cách nào giữ được vẻ đẹp văn chương mượt mà của bản tiếng Việt nhỉ. Cô nghĩ thêm, một tác phẩm nặng tính văn học và thiếu tình tiết gay cấn, khi chuyển qua kịch, các bạn trẻ làm sao tạo hấp lực với khán giả vốn quen với loại kịch tình tiết éo le, dầm dề nước mắt, đại loại như *Lá Sầu Riêng?* Tâm nói với chàng suy nghĩ của mình, anh cũng có cùng băn khoăn,

"Chẳng biết. Chờ xem vậy."

Anh và Tâm rời sân khấu kịch khi đêm sắp chuyển sang ngày mới. Anh hỏi Tâm,

"Cô thấy thế nào?"

"Đạo diễn thông minh."

"Thông minh?"

"Vâng, anh ta đã biểu tượng hóa nhiều chi tiết chỉ có thể thực hiện được bằng phim ảnh, càng vô phương đối với một sân khấu nghèo và nhỏ như thế này. Phần thoại cũng rất ấn tượng, không làm mất tính văn học của nguyên tác nhưng vẫn tự nhiên. Xem vở kịch này, tôi bỗng nhớ vở *Trong Khi Chờ Godot*, đình đám một thời ở phương Tây, tuy hai vở hoàn toàn khác nhau. Kịch của Samuel Beckett là loại kịch phi lý, không cốt truyện, không *action*, còn *Chuyến Xe Đêm* thì có cốt truyện đàng hoàng, nhưng cách dàn dựng na ná, không phông màn mô tả kiểu cổ điển."

"Ồ, *Trong Khi Chờ Godot*, ra đời cách đây trên dưới bảy mươi năm, sao cô biết?"

"Tôi yêu văn chương nên chịu khó tìm hiểu. Nói chung, *Chuyến Xe Đêm* là một cố gắng của những người trẻ, có điều, tôi e sẽ không trụ được lâu. Khán giả là yếu tố quyết định của sự sống còn, nhưng đào đâu ra lớp khán giả đồng cảm? Anh hẳn thấy khán phòng tuy nhỏ nhưng vẫn trống hoác, chỉ lèo tèo vài mươi người, hầu hết còn rất trẻ, chắc là sinh viên, thành phần này vốn nghèo, mua vé xem kịch với họ là hành động xa xỉ."

"Tôi cũng nghĩ như cô, đoàn kịch chắc không trụ được lâu."

Ngồi sau chiếc *Dream*, tâm trí Tâm vẫn chưa ra khỏi vở kịch, từ diễn viên đến khán giả, tất cả toát ra niềm khao khát cái mới. Chỉ tiếc môi trường xã hội chưa đủ điều kiện để dung nạp, tuyệt đại đa số khán giả còn quẩn quanh với phong cách thưởng ngoạn cũ, đã trở thành quán tính. Kịch với họ, đồng nghĩa với tình tiết éo le, sướt mướt, có thiện ác phân minh và luôn luôn có hậu, ác giả ác báo, ở hiền gặp lành. Muốn thay đổi nếp nghĩ ấy không thể chỉ một sớm một chiều. Tâm cảm phục niềm đam mê, thái độ dấn thân của đoàn kịch, Tâm muốn giúp đỡ họ. Song bằng cách nào? Tâm nhẹ lắc đầu mỉm cười, ốc chưa mang nổi mình ốc, còn bày đặt làm cọc cho rêu.

Đường phố về khuya có vẻ rộng và sạch. Gió hiu hiu đẩy cái oi bức ban ngày tan biến vào đêm. Một con mèo phóng qua đường. Sang đến vỉa hè bên kia, nó giương đôi mắt tròn ủng phản chiếu ánh đèn, sáng rực, nhìn hai người rồi quay đầu đi chậm rãi, mất hút vào con hẻm nhỏ. Chàng hỏi,

"Cô đói không, mình đi ăn?"

"Giờ này làm gì còn hàng quán nào mở cửa."

"Có đấy, chỉ hơi xa một tí."

"Xa là chỗ nào?"

"Bên quận tám, quán ăn tuy nhỏ nhưng rất thơ mộng

và có món mì xào giòn hải sản trứ danh."

"Nghe anh nói, Tâm đói quặn ruột, đi."

Quán nhỏ, nằm lọt thỏm trong khu vườn rộng cạnh bờ kinh. Ngày trước con kinh ngập rác và chất phế thải, nước đen ngòm bốc mùi hôi thối lưu cửu. Ba năm trở lại đây, người ta cải tạo, nạo vét, đưa nước sạch từ sông lớn vào, xây bờ kè và tráng xi măng lối đi dọc dòng kinh, rồi trồng cây xanh, trồng hoa, đặt ghế đá. Buổi sáng, dân quanh vùng đi bộ tập thể dục hoặc ngồi hóng gió, hít thở không khí trong lành.

Hai người chọn chỗ ngồi sát bờ kè. Bên kia dòng kinh lấp lánh chảy êm là phố xá đã cửa đóng. Đèn đường tỏa xuống mặt lộ một thứ ánh sáng vàng bủng. Họ vừa ăn vừa nói đến vở kịch, Tâm lặp lại suy nghĩ của mình, phải tìm cách nào cho đoàn kịch đừng chết yểu. Chàng đáp,

"Tôi quen vài người bạn làm báo, sẽ nhờ họ viết bài lăng xê."

"Vậy thì tốt quá."

"Vài ba bài báo cũng chẳng thấm gì, cốt lõi vẫn là thay đổi cách thưởng ngoạn của quần chúng, ta không làm nổi việc này, trừ phi…"

Tâm hỏi,

"Trừ phi?"

Thanh niên trả lời,

"Trừ phi bọn có thẩm quyền can thiệp."

Tâm ngao ngán,

"Cũng như không, họ chỉ lo tìm cách vơ vét chứ hơi đâu để tâm đến chuyện kịch cọt!"

Ăn xong, anh đưa Tâm về, hẹn sáng mai, Tâm không có tiết học, họ sẽ mang ít quần áo và vài vật dụng cần thiết lên chùa cho mẹ Tâm.

Lên đến lưng chừng núi, Tâm nghe mình thở nặng nhọc, chân nhấc không nổi lên bậc cấp,

"Nghỉ một chút đi anh."

Anh đưa tay vuốt tóc, thói quen trở thành đặc trưng,

"Mệt rồi hả?"

"Muốn tắt thở!"

"Ok."

Tâm nhìn hai phu thồ chuyện trò rôm rả khi đôi chân vẫn thoăn thoắt,

"Họ khỏe thật, cõng thêm một người mà thong dong như dạo mát."

"Ngày nào cũng lên xuống có khi cả chục lần, quen thôi."

Tâm ngước nhìn những bậc cấp quanh co, nhiều chỗ khuất sau những mỏm đá lớn hoặc lùm cây xanh. Ẩn hiện trên cao là mái chùa rêu phong nhô ra từ vách núi chập chờn trong màn sương loãng chưa tan hẳn buổi bình minh. Cao hơn nữa là trời trong với cụm mây trắng chầm chậm trôi. Tâm hít thở sâu, cảm nhận hai buồng phổi nở lớn đón nhận lượng oxy thanh sạch. Tâm ngồi trên một bậc cấp, anh đứng bên cạnh. Từ dưới nhìn lên, nắng mai phủ kín khuôn mặt rắn rỏi của người trai trẻ, soi rõ chân râu nhu nhú xanh chạy dài từ hai mai xuống cằm. mái tóc vuốt ra sau lộ vầng trán cao, vành môi rộng, hai mép quai xách làm khuôn mặt lúc nào cũng như cười, bừng sáng niềm lạc quan. Tâm thấy lòng xao động. Mình phải lòng anh ấy rồi à? Tâm tự hỏi. Năm mười sáu, Tâm để ý một chàng học cùng trường, trên hai lớp, cũng có nét hao hao anh. Sau đó anh chàng theo ngành Hải Dương Học thuộc đại học NT. Tuy chỉ hơn bốn trăm cây số, nhưng với tuổi mới lớn, khoảng cách địa lý ấy cũng trở thành nghìn trùng xa cách. Tâm chông chênh một thời gian dài, nhưng cũng chính thời gian này đã phôi pha dần mối tình đơn phương. Mặt hồ dậy sóng rồi cũng trở lại êm ả, dù thỉnh thoảng vẫn lăn tăn gợn nhẹ khi một ai đó chợt nhắc, những nếp gợn này không đủ cường độ để tạo thành nỗi đau, trái lại nó như thoáng hương ướp thơm tuổi dậy thì. Cho đến khi gặp anh, xao động lập lại, không sôi nổi, quay quắt như xưa, mà chừng mực hơn, chín chắn hơn, chủ động hơn.

Tâm đứng dậy, anh hỏi,

“Hết mệt chưa?’

“Vâng, mình đi.”

Sân chùa buổi sáng chưa đông, sương mù còn vươn

nhẹ trên đỉnh những tán cây. Hai người bước vào chánh điện. Trên cao, vẫn nụ cười mỉm bất diệt, vẫn đôi mắt khép hờ nhìn xuống, vẫn mùi nhang trầm ngan ngát, vẫn sự tĩnh lặng, yên bình, Tâm và anh lạy Phật trước khi đến gian bếp gặp mẹ.

Lượng khách hành hương mỗi ngày khá đông, đa số muốn được thọ trai, với họ, là một hình thức chia phước phần của chùa. Vì thế mỗi ngày, từ sáng tinh mơ, sinh hoạt nơi này đã tất bật. Ba bếp lửa đốt bằng củi cháy đỏ, các nồi súp lớn rau củ quả sôi sùng sục. Vài thiếu phụ trạc tuổi mẹ Tâm canh lửa, chụm thêm củi nếu cần. Mẹ Tâm cùng vài ni sư trẻ đang lặt rau. Nhìn thấy mẹ, Tâm sà ngay xuống,

"Con mang quần áo và những thứ mẹ cần đây."

Mẹ ngước nhìn anh vẻ dò hỏi, Tâm vui vẻ giới thiệu,

"Anh Luân, bạn con."

Và tiếp,

"Mẹ hết đau hẳn chưa?"

'Hết rồi, trên này không khí trong lành, chẳng những hết đau, mẹ khỏe hơn ở nhà nhiều."

"Con mừng."

"Vẫn đi học đều chứ?"

"Dạ đều, mẹ."

Tâm ở chơi thêm vài tiếng nữa. Trưa, cả hai xuống núi sau khi đã dùng bữa cơm chay.

*

Bốn tháng kể từ những ngày đầu, hai người gặp nhau thường xuyên hơn, giao tình cũng gắn bó hơn, nhưng vẫn ở mức độ bạn bè, dù trong lòng cả hai đều biết mình đang nghĩ gì, muốn gì.

Hôm nay cuối tuần Tâm muốn đi chơi xa, nói xa thực ra chỉ cách thành phố chưa tròn bốn mươi cây số. Đó là một cù lao, xưa kia, thời còn chiến tranh gần như rất ít cư dân, chỉ lèo tèo vài chục gia đình, làm nghề đánh bắt hải sản, rất nghèo. Từ ngày hòa bình, dân tứ xứ đổ về, đảo nhỏ dần thay da đổi thịt, hàng quán và các sinh hoạt giải trí thi nhau mọc lên, bãi biển chung quanh trở nên những bãi tắm thơ mộng, dừa xanh, cát trắng, ghềnh đá thấp cao, nước trong xanh. Từ quán cà phê ra, Luân quàn hai quai của chiếc ba lô đựng quần áo tắm vào vai. Hai người tản bộ dọc bờ biển, đến bãi đá chất chồng những tảng lớn cao thêm mãi, đến tận đỉnh đồi có nhiều cây tùng cổ thụ. Tâm nói,

"Mình lên trên ấy đi."

Luân và Tâm men theo lối mòn những người đi trước đã vạch. Họ ngồi trên mõm đá dưới một gốc tùng nhìn ra mặt biển mênh mông xanh thẳm lặng sóng. Gió lồng lộng.

Luân nói,

"Biển đẹp quá."

"Vâng, trông hiền hòa."

Luân cười,

"Sẽ không hiền hòa đâu những ngày biển động. Như các cô, bình thường đều dịu dàng, nhưng nhanh chóng thịnh nộ nếu phật lòng."

"Anh so sánh kỳ cục. Làm như đàn ông các anh không thế."

"Ha ha ha…. Những cơn thịnh nộ của đàn ông tựa cơn bão trong tách trà. Đàn bà khác, âm ỉ, dai dẳng."

"Anh có vẻ rành đàn bà nhỉ."

Luân cúi nhặt một hòn sỏi ném xuống chân đồi, hòn sỏi nẩy lên và lăn nhanh, mất hút trong tầm nhìn. Dưới bãi, đã lát đát nhiều người, đàn ông mình trần quần cụt, đàn bà áo tắm cổ điển hoặc bikini hai mảnh. Nắng lên cao, bọt sóng trắng xóa vỗ không ngừng vào bờ cát, tiếng cười văng vẳng của cặp tình nhân, có lẽ, đuổi nhau đến sát chân đồi. Luân nhận xét,

"Họ hạnh phúc."

"Nhìn mặt ngoài họ hạnh phúc thật, nhưng có nằm trong chăn mới biết chăn có rệp."

"Em bi quan quá."

"Cuộc đời vốn vậy mà, anh hẳn không lạ, quanh chúng ta vô số những chuyện tưởng thế mà không phải thế."

"Hãy nhìn mọi việc bằng cái nhìn tích cực sẽ dễ sống hơn."

"Em không bi quan, nhưng đó là sự thực."

"Thảo nào em theo ngành sư phạm."

"Là sao?"

Luân cười,

"Nghề của em trong tương lai là trồng người. Em thích ngành này, cũng có nghĩa em hy vọng cuộc đời sẽ tốt hơn qua giáo dục."

"Suy luận kiểu này là đi quá xa rồi đấy nhé."

Gió tạt mái tóc tung bay, dán vào trán, má môi, Tâm đưa tay vuốt, mắt vẫn dõi theo không chớp những con chim hải âu lượn chậm trên nền trời rực sáng. Thỉnh thoảng, như mũi tên, một con lao nhanh xuống mặt nước rồi vút lên, cặp trong mõ chú cá con vẫy vùng tuyệt vọng. Tâm nhẹ lắc đầu,

"Để sinh tồn, loài này truy sát loài khác. Con người y chang, nhân danh ấm no hạnh phúc cho dân tộc mình, người ta giết tróc, đọa đày bao sinh linh khác không cùng nguồn cội."

"Cuộc đời trong mắt em chỉ một màu ảm đạm nếu nhìn mọi chuyện qua lăng kính này."

"Em cũng biết thế, nhưng như đã nói, em nào muốn, trời sinh, đành chịu."

Cuộc chuyện trò lang bang. Nắng lên khá cao. Bóng mát tán tùng thâu ngắn dần. Tâm đứng dậy,

"Mình xuống bãi tìm cái gì ăn."

"Em đói?"

"Dạ, sáng sớm ăn chưa được, giờ đói."

Hai người trở lại nơi xuất phát, vào sâu bên trong là những hàng quán chạy dài dưới những bóng dừa xào xạc gió. Tâm ngồi đối diện Luân qua mặt bàn sát cửa sổ nhìn ra bãi cát giờ đã đông người. Đàn ông, đàn bà, già, trẻ nằm dài trên những chiếc ghế bố dưới các tán dù đủ màu. Ngoài biển rất nhiều người nô đùa cùng những con sóng từ khơi xa đuổi nhau vào bờ, tiếng cười vẳng vẳng. Luân hỏi,

"Em muốn tắm không?"

"Lát nữa."

Bữa ăn được dọn ra, thực đơn theo yêu cầu của Tâm. Luân uống bia. Men rượu làm Luân hưng phấn,

"Trúng số anh sẽ cất ngôi biệt thự thật hoành tráng tại đây"

"Anh vẫn mua vé số à?"

Luân hơi ngớ người,

"Ừ nhỉ, bắt đầu ngày mai anh sẽ mua."

Tâm biểu môi,

"Vậy cũng nói."

Luân gọi thêm bia, chai này chưa cạn đã gọi thêm chai mới, dù Tâm nhiều lần bảo Luân ngưng nhưng đã trót mềm môi, Luân luôn miệng không sao anh không say đâu. Càng uống Luân càng nói, chuyện nọ xọ chuyện kia, Tâm nhẹ lắc đầu,

"Anh say rồi.'

Giọng Luân mềm nhão,

"Dễ gì."

và quay vào trong gọi lớn,

"Chai nữa."

Tâm khoát tay ra dấu cho nhân viên phục vụ, đồng thời dìu Luân đứng dậy sau khi đã thanh toán hóa đơn,

"Muộn rồi, mình về."

Hai người rời quán. Luân đi nghiêng ngã, dựa vào Tâm, không ngớt lè nhè,

"Anh chưa say mà, anh muốn uống nữa."

Trên đường về Tâm chạy chậm, luôn giữ chặt tay Luân vẫn quàng qua eo ếch, đầu ngã vào lưng Tâm không ngớt lảm nhảm "chưa say, anh không say…"

Tâm dựng xe ngoài chái hiên, tắt máy, dìu Luân vào phòng khách, thả nằm dài trên sofa. Luân lảm nhảm thêm vài phút trước khi chìm vào giấc ngủ. Tâm ngồi nhìn Luân, nhìn khuôn mặt cương nghị, nhìn vành môi quai xách, nhìn mái tóc vuốt ra sau cột đuôi ngựa, nhìn vành râu nhu nhú xanh từ hai bên mai chảy xuống cằm, nhìn khuôn ngực phập phồng theo nhịp thở nặng, nhìn cánh tay thả thỏng mép sofa, Tâm nói thầm, uống cho cố, khổ thân! Tâm định dìu Luân vào phòng mẹ vẫn bỏ trống từ ngày mẹ lên chùa, nhưng như thế này, vô phương! Tâm nhẹ lắc đầu đứng dậy về phòng, ngủ sofa cũng được, Tâm nghĩ.

Nửa khuya thức giấc, cổ họng khô đắng, đầu nhức,

thân thể rã rời, Luân khát nước và lần đến thùng lọc ở góc nhà. Cơn say chưa tan nên lọng cọng thế nào đánh rơi chiếc ly xuống sàn.

Từ lúc vào giường Tâm không ngủ được, nằm suy nghĩ lan man. Buổi dã ngoại vừa qua với Luân. Gốc tùng cổ thụ tàn lá thưa, rơi lốm đốm vô số giọt nắng trên nền đất lổn nhổn đá. Ngọn đồi thấp nhìn ra biển mênh mông một màu xanh thẫm. Những cánh hải âu chao lượn. Nhà hàng ăn, cửa sổ nhìn ra bãi tắm lô nhô những ô dù nhiều màu, tiếng cười văng vẳng. Những chai bia Luân uống không ngừng, vòng ôm quanh eo ếch, đầu Huân ngã vào lưng, giọng lè nhè đầu cua tai nheo… Mọi chuyện rất đỗi bình thường nhưng sao vẫn làm tâm hồn Tâm xao động. Mình phải lòng gã con trai này rồi chăng? Câu hỏi lại trở về. Tình yêu, từ mối tình đơn phương lúc chớm bước vào tuổi dậy thì Tâm chưa từng để ý đến ai, dù, như tất cả thiếu nữ có nhan sắc, Tâm nằm trong tầm ngắm của khá nhiều thanh niên. Tình yêu, thực lòng Tâm không nghĩ đến, có thể việc học hành luôn là mối quan tâm hàng đầu, cũng có thể trong mắt Tâm chưa có đối tượng nào làm trái tim đập sai nhịp. Luân, ngoài dáng vẻ lãng tử, người con trai còn tạo cảm giác thoải mái khi gần gũi. Có phải cảm giác này là bước đầu trong tiến trình dẫn đến tình yêu? Câu hỏi quẩn đọng trong đầu làm Tâm không thể chợp mắt. Đêm sâu. Đồng hồ treo tường gõ chậm ba tiếng, Tâm xoay người nằm nghiêng, cố xua đuổi mọi vướn bận ra khỏi đầu óc.

Tiếng đổ vỡ lôi Tâm choàng thức khi giấc ngủ vừa chớm, Tâm vội ra phòng khách. Huân đang quỳ gối nhặt những mảnh vỡ. Tâm lên tiếng,

"Để em quét, đứt tay đấy."

Huân ngước lên,

"Anh xin lỗi."

Tâm dùng chổi gom các mảnh vỡ dồn vào thùng rác. Luân ngồi xuống sofa, mặt tái xanh, bơ phờ, run run nâng cốc nước lọc lên môi, cốc nước vừa được Tâm rót. Luân uống một hơi dài cạn ly, cơn khát phần nào rút đi song bụng vẫn cồn cào, cổ họng khô đắng, chân tay rã rời. Tâm cười,

"Coi bộ anh chưa tỉnh, phòng mẹ bỏ trống, anh có thể vào đó ngủ tiếp."

"Xin lỗi, anh mệt quá."

Luân đứng dậy, lê bước vào phòng. Tâm thu vén xong cũng về giường, cố tìm lại giấc ngủ nhưng không được, đành nằm chờ sáng. Ngoài phố, sinh hoạt đã bắt đầu, hàng trăm thứ tiếng động hòa trộn tạo thành nét đặc thù của đô thị sầm uất. Tâm ra phòng khách, mở TV xem tin tức đầu ngày. Ngoài cửa sổ bóng tối nhanh chóng nhạt dần. Một ngày mới đã đến. Hôm nay thứ hai, đầu tuân, Tâm chỉ có tiết học buổi chiều. Lát nữa Luân dậy, Tâm sẽ rủ đến quán cà phê vườn nằm ven ngoại ô. Buổi sáng không khí nơi ấy thoáng mát. Ngồi trong quán nhìn ra con lộ chạy dài đến chân ngọn đồi thấp có ngôi biệt thự sơn trắng tọa lạc trên đỉnh. Ngôi biệt thử hẳn của một đại gia hay một nhân vật chức quyền nào đó. Trong quán nhạc nhẹ, gió hiu hiu mơn man da mặt. Hình như khách đến đây uống cà phê chỉ là cái cớ, cảnh quan và bầu khí mới là trong tâm. Một vài lần trước đây Tâm đã đến với bạn, và mê. Tâm muốn trở lại nhưng chả nhẽ con gái một mình đến quán? Hôm nay có Luân, còn gì bằng.

Chín giờ Luân dậy, trông tươi tỉnh hơn. Tâm hỏi,

"Anh khỏe chưa?"

"Khỏe rồi. Bậy quá, anh xin lỗi."

"Vậy mình đi uống cà phê và ăn sáng."

"Phải đấy, anh đói quá."

"Mình đến LP ven đô, anh biết quán này chứ?"

"Biết."

Nhà Tâm cách quán khoảng ba cây số, khi hai người đến quán đã đông, hầu hết đều ngồi ngoài vườn, rộng, thoáng, thoải mái nhả khói, chuyện trò. Luân và Tâm chọn một bàn cạnh hàng rào gỗ sơn trắng, thấp ngang bụng, có lẽ chỉ nhằm trang trí và xác định sở hữu. Quán có phục vụ điểm tâm, thức ăn nhẹ. Luân gọi cà phê, hột gà ốp la cho mình và bánh mì sandwichs mứt dâu cho Tâm theo yêu cầu.

Luân nâng ly cà phê bốc khói chiêu một ngụm nhỏ

rồi đặt ly về vị trí cũ, hỏi Tâm,

"Chiều mấy giờ em về?"

"Năm giờ anh."

"Anh mời em đi nhà hàng dùng cơm tối nhé?"

Tâm reo nhỏ,

"Thích thế."

"Anh chuộc lỗi đã say tối qua."

Luân cười, tiếp,

"Thực ra chuộc lỗi chỉ là cái cớ."

Tia nhìn đăm đắm của Luân khiến Tâm bối rối, để che giấu, Tâm đánh trống lãng,

"Nhà hàng nào vậy anh?"

"Tùy em, không loại trừ nơi sang nhất."

"Chà, hách nhé."

"Với em, tiền bạc là chuyện nhỏ."

Giao tình bao lâu nay giữa hai người luôn trong chừng mực, bây giờ có vẻ tiếp cận điểm đến, từ lâu Tâm mong điều này, vậy mà lạ lùng thay, khi xảy ra Tâm lại cảm thấy bất an, một nỗi gì vừa mừng vừa lo khiến Tâm như rơi vào môi trường phi trọng lực, lửng lơ, không thể tiến thối chủ động. Bỏ qua mối tình đơn phương thuở dậy thì, đây là đầu Tâm sắp rơi vào lưới tình, rủi may thế nào, sẽ đưa đến đâu? Tâm không biết. Luân chợt với tay qua nắm bàn tay Tâm vừa đặt ly cà phê xuống bàn,

"Em..."

Tâm lúng túng. Luân bóp nhẹ bàn tay mềm, lặp lại,

"Em…"

Chỉ một tiếng "em", đủ để Tâm ngầm hiểu điều Luân muốn nói. Vẫn để yên bàn tay mình trong trong tay Luân, một biểu tỏ đồng thuận, Tâm cảm nhận có một luồng nhiệt năng từ người con trai truyền sang. Từ giây phút ấy đến lúc về, cả hai đều kiệm lời. Ngôn ngữ chừng như không còn cần thiết.

Buổi sáng dần rút đi, nắng lên cao, bóng mát ngôi quán thu hẹp dần trên vuông sân. Con đường dẫn lên biệt thự sơn trắng trên đỉnh đồi như sáng hơn dưới nắng mai. Một chiếc xe hơi màu nâu đỏ bò chậm lưng chừng đồi, thoáng hiện thoáng mất sau các rặng cây xanh. Trên cao, bầu trời trong vắt không gợn mây, trôi chậm một đoàn cò. Luân nhìn màn hình điện thoại,

"Mới đó đã mười một giờ, nhanh quá."

"Mình về đi anh."

Ngồi sau Luân, vòng tay quanh eo ếch, Tâm thấy lòng dấy lên cảm giác ấp áp, muốn siết chặt vòng ôm với ước mơ sẽ là loài lan bám vào cổ thụ, hút một phần dưỡng chất để nở hoa kết trái. Tâm nhủ thầm, mình yêu thật rồi. Không đừng được, Tâm ngã đầu vào lưng Luân, hít thật sâu mùi đàn ông, nghĩ, từ nay sẽ mãi mãi gắn bó, như tứ chi.

Đến trước cổng, Tâm xuống xe, Luân nói,

"Anh sẽ đến đón em năm giờ chiều nay."

"Dạ."

Tâm quay lại mỉm cười đưa tay vẫy trước khi bước vào trong qua khung cửa vừa mở, Luân hôn gió,

"*Bye* em"

Luân vặn tay ga, chiếc xe vọt đi. Về đến nhà, cơn say vẫn chưa tan hẳn, Luân cảm thấy rã rời nên vội tắm rửa và vào giường ngủ vùi một giấc dài, bỏ cả bữa cơm trưa.

Bốn giờ Luân dậy đến nhà Tâm, dựng xe trước cửa đợi nàng học về.

Luân đưa Tâm đến một nhà hàng lớn. Sau bữa ăn hai người ra bến sông, con sông chia thành phố làm hai phần, tả và hữu ngạn. Tả ngạn là khu thương mại, ngân hàng, thương xá, siêu thị, nhà hát, rạp chiếu bóng... phân bố dọc quốc lộ tiếp giáp với một thành phố khác, chạy dài về hướng Nam, song song duyên hải. Hữu ngạn chỉ buôn bán nhỏ, chủ yếu là khu dân cư và giáo dục, hầu hết các trường trung, đại học tọa lạc nơi này. Hữu ngạn dựa lưng dãy Trường sơn, là trục chuyển quân của bộ đội thời qua phân Nam Bắc, cũng là vùng hứng chịu nhiều nhất những trận mưa bom của phi cơ đồng minh thuộc quân lực miền Nam. Con sông xuất phát từ vùng núi, đổ ra biển, mùa khô êm dịu, hiền hòa nhưng mùa đông mưa gió vật vả, con sông trở nên hung dữ, cuồn cuộn sóng lớn, thuyền nhỏ không dám ra giữa dòng.

Hai người chọn một ki-ốt nhỏ phục vụ nước giải khát, kể cả rượu nhẹ và bia, cùng mọi thức ăn chơi như lạc, bắp rang, hạt ô liu ngâm dấm, các loại *chíp* chế biến từ bột khoai tây, gạo, lúa mạch... Ki-ốt cất một nửa trên bờ, một nửa chồm ra mé nước trên những chân cừ đúc bằng ciment cốt sắt vững chải.

Luân hỏi Tâm,

"Anh uống bia được chứ?"

"Một chai thôi nhé."

Luân cười, đưa tay chào kiểu quân đội,

"Yes sir."

Đặt cốc bia xuống bàn sau khi uống một hơi quá nửa, Luân hỏi,

"Việc học của em thế nào?"

"Bình thường, anh."

Bỗng Tâm trở nên hào hứng,

"Em có một ông thầy cực kỳ dễ mến, giảng dạy lưu loát, nhiều ý tưởng rất thông minh, chả hạn đề cập đến việc học, ông bảo phải biết phân biệt giữa đi học và sự học. Đi học, hết trung học, vào đại học, xong bốn năm, sẽ có mảnh bằng cử nhân, thêm hai năm nữa, có bằng thạc sĩ, tiếp tục xong hai năm kế sẽ có bằng tiến sĩ. Bằng càng cao, vị trí xã hội càng lớn, quyền uy lương tiền càng mạnh. Khác với việc học là sự học. Sự học là học suốt đời không ngưng nghỉ. Ông dẫn chứng. Cách đây khá lâu, tỉ phú Bill Gates đến Việt Nam và nói chuyện tại một Đại học. Trong phần giao lưu, một sinh viên hỏi, Thưa ngài, mọi người đều biết ngài chưa tốt nghiệp Đại học, vậy cái gì giúp ngài tạo ra mọi bức phá trong lĩnh vực vi tính, để rồi trở thành tỉ phú nhờ những bức phá ấy? Bill Gates trả lời, Tôi không ngừng học hỏi, ngày trước ở nhà hay đi đâu tôi luôn kè kè bên mình một cuốn sách, ngày nay là một laptop chứa đựng toàn bộ kiến thức của nhân loại thuộc mọi lĩnh vực, từ cổ chí kim. Ông thầy kết luận, Bill Gates là điển hình cho sự học"

Luân ra vẻ ấm ức,

"Ông thầy của em nhiêu tuổi, đẹp trai không?"

Tâm biết Luân giả vờ nên cũng trả đũa,

"Trẻ, bảnh như tài tử James Dean."

Khuya, Luân đưa Tâm về. Khi bước qua ngưỡng cửa Luân vấp té, trán va vào khung cửa, Tâm hốt hoảng,

"Anh có sao không?

Đồng thời đưa tay sờ trán Luân. Cầm bàn tay Tâm, Luân gọi nhỏ,

"Em."

Và nâng mặt Tâm lên hôn sâu. Tâm như mê đi, khắp người rần rật nổi da gà. Luân dìu Tâm vào phòng khách, nụ hôn vẫn không rời. Luân đẩy Tâm ngã dài trên sofa. Tâm nhắm mắt. Luân di chuyển môi xuống ngực, xuống sâu hơn nữa, Tâm rùng mình liên tục, lạc giọng,

"Anh..."

Một cách nhẹ nhàng, chậm rãi, bằng thủ thuật, khẩu thuật, từng bước một Luân triệt tiêu dần ý thức phản kháng của Tâm.

"Anh… Đừng..."

Tâm quằn quại, cuống cuồng luôn miệng, "Anh… Đừng…"

Dĩ nhiên yêu cầu không được đáp ứng, và chuyện phải đến đã đến. Trên sofa giữa phòng khách, Tâm đã thành đàn bà.

Đêm phai dần, Tâm cuộn tròn trong lòng Luân, thổn thức,

"Em yêu anh, đời con gái của em anh đã chiếm giữ, đừng bỏ em nghe anh."

Luân siết nhẹ tấm thân bé nhỏ, hôn lên vầng trán phẳng,

"Anh cũng yêu em, không bao giờ có chuyện ruồng bỏ. Đợi mai mốt em ra trường, mình sẽ lấy nhau."

"Thật nhé."

Sau hôm đó quan hệ giữa hai người mỗi ngày thêm gắn bó, Luân đến và ở lại với Tâm thường xuyên hơn. Theo thời gian, mật độ tăng dần, từ một hai hôm mỗi tuần, đến lúc gần như không sót ngày nào. Gia đình Luân ở SG, tốt nghiệp Đại học, Luân xin việc, được nhận, với điều kiện phải đến chi nhánh của công ty ở LĐ trước khi chuyển về nơi này, do nhu cầu của công ty. Tuổi trẻ, muốn độc lập, Luân nghĩ xa nhà là cơ hội tốt giúp Luân thực hiện mong muốn nên bằng lòng ngay. Chỗ trọ của Luân ở phía Tây thành phố, muốn đến Tâm phải mất ít nhất ba mươi phút. Viện cớ di chuyển xa xôi Luân gần như ở hẳn nhà Tâm. Hằng đêm, trên cánh tay Luân, Tâm say sưa nói về ngày mai, một mái ấm nằm giữa khu vườn nhỏ tọa lạc ven đô, không xa trung tâm thành phố, vừa thuận tiện đi lại mua sắm, vừa tránh được sự xô bồ, hỗn tạp, không khí lại trong lành. Mỗi sáng chồng đến sở, vợ vào trường, lên lớp truyền đạt những điều đã học đến những mái đầu xanh ngồi nghiêm chỉnh phía dưới. Và rồi những đứa con sẽ lần lượt ra đời. Tương lai đẹp như mặt biển xanh lấp lánh ánh bạc buổi bình minh. Luân đưa tay nghịch ngợm hai gò ngực săn chắc của Tâm, cười nhẹ,

"Ước mơ không khó thực hiện, lấy nhau xong chúng ta cùng xúc tiến."

"Em hạnh phúc lắm."

Mẹ Tâm rất ít khi về nhà, một phần lên xuống bất tiện, một phần bà đã quen với môi trường mới, quen với gian bếp bận rộn từ tinh mơ, quen tiếng mõ tiếng chuông, và nhất là quen với không khí trong lành. Buổi sáng nhìn ra ngoài cửa sổ, sương mù ùn lên từ vực sâu, trắng xóa, gây lạnh, buồng phổi như nở ra, hơi thở nhẹ nhàng. Bà ngại về nhà, tù túng trong bốn vách tường, người, xe, bụi bẩn, tiếng động… Bà chỉ ở nhà tối đa nửa buổi rồi đòi đi ngay.

Luân và Tâm như vợ chồng mới cưới, quấn quít không rời.

Đến tháng thứ hai, Tâm trễ kinh gần hai mươi ngày.

Chưa bao giờ xảy ra tình trạng này, Tâm đi khám, bác sĩ nói,

"Chị đã có thai."

Trước khi gặp bác sĩ Tâm đã nghi ngờ, vậy mà khi nghe xác định Tâm vẫn bàng hoàng. Có thai, biến cố lẽ ra sẽ là một tin vui nếu hai người đã lấy nhau. Mẹ sẽ nghĩ thế nào? Và miệng đời nữa. Trên đường về Tâm miên man suy nghĩ. Phải làm cách nào đây? Thúc hối Luân cưới nhanh? Luân chắc sẽ vui nhưng liệu gia đình chàng đồng thuận? Càng nghĩ, mối lo càng tăng trưởng.

Tâm vừa bước vào cửa, Luân đang ngồi xem TV, hỏi ngay,

"Thế nào?"

"Em có thai."

Luân im lặng. Tin bất ngờ quá. Nhìn thái độ chẳng mấy hào hứng của Luân, Tâm chột dạ,

"Anh không vui?"

"Vui chứ, nhưng mình chưa lấy nhau."

"Anh gọi báo gia đình lo gấp việc cưới hỏi."

"Chuyện này đâu chỉ thu xếp và hoàn tất ngày một ngày hai."

"Vậy phải làm sao?"

Luân lại im lặng. Tâm lặp lại câu hỏi, giọng nhuốm bực dọc,

"Anh nói đi, phải làm sao?"

"Anh sẽ về SG thưa với ba mẹ."

“Chừng nào anh đi?”

“Để anh vào công ty xin nghỉ vài hôm, có phép anh đi ngay.”

Tâm thở phào nhẹ nhỏm. Hy vọng mọi sự trôi theo chiều hướng thuận lợi. Phần Tâm ngày mai cũng lên chùa gặp mẹ và thú thực, dĩ nhiên mẹ sẽ la mắng, nhưng Tâm biết kết quả hẳn khả quan. Có người mẹ nào không thương và bảo vệ con?

Chương III

bởi đời là cuộc rong chơi
nên khi gió đến cành rơi lẽ thường
phm (lẽ thường)

Luân ngồi sát cửa sổ. Phi cơ chìm trong trùng trùng mây trắng, những cuộn mây chầm chậm lui về phía sau. Luân nhớ tác phẩm *Tây Du Ký* (ra đời hơn 600 năm trước, khuyết danh, đời sau cho là của Ngô Thừa Ân) quen thuộc với độc giả thế giới mọi thời điểm, với nhân vật trọng tâm Tề Thiên Đại Thánh có phép thần thông đằng vân giá vũ. Truyện xưa kia tưởng chỉ có trong tưởng tượng, thế mà ngày nay, với khoa học hiện đại, chỉ cần một số tiền nhỏ mua tấm vé là ai cũng có thể trở thành Tề Thiên. Nếu sống vào thời điểm xa xưa ấy, làm sao tin nổi sẽ có ngày chuyện "phong thần" trở thành hiện thực? Cuộc đời đổi thay không ngừng, từng giờ, từng phút, từng giây, từng sát na, huống chi 600 năm! Bao nhiêu biến thiên, triều đại này suy tàn, thể chế khác lên thay. Chiến tranh, chết chóc, quốc gia kia xóa sổ, lãnh thổ nọ khai sinh. Một thời vó ngựa Mông cổ dẫm nát nửa phần thế giới, của cải vô tận, quyền lực hô phong hoán vũ, vậy mà bây giờ chỉ teo tóp lại trong phạm vi một lãnh thổ nhỏ bé nghèo khó, mức sống của đa phần dân chúng dưới trung bình? Xa hơn nữa, các nhà khảo cổ từng tìm thấy những bộ xương cá hóa thạch trên các rặng núi cao, giữa sa mạc khô cháy, cũng có nghĩa vào thời kỳ nào đó địa hình này nằm dưới lòng đại dương, chỉ một cái chuyển mình, biển xanh hóa thành núi non hoặc mênh mông cát nóng. Định luật vô thường trùm phủ từ bao la vũ trụ đến chủng loài vi tế, điều này không ai không biết, thế mà khi sự cố bất như ý xảy ra, chúng ta vẫn bàng hoàng, đau buốt. Luân thả suy nghĩ lang thang cốt quên đi điều đang làm đầu óc quay cuồng từ lúc Tâm báo tin đã có thai.

Tâm có thai. Sẽ bao nhiêu rắc rối. Luân yêu Tâm không kém tình yêu Luân dành cho Nhã Quyên năm năm nay, ngày tháng tuy có làm nhạt đi sôi nổi ban đầu, nhưng tình nghĩa vợ chồng và đứa con là sợi dây keo sơn gắn kết. Ban đầu, với Tâm, Luân nghĩ đơn giản, chỉ là tình qua đường. Xa nhà, gặp cơ hội, mất mát gì không hưởng thêm tí hương hoa? Nào chỉ một mình Luân, mà gần như hầu hết đàn ông đều nghĩ thế. Tuy nhiên những cuộc tình ngoài luồng có sức hấp dẫn mạnh vẫn không thể kéo dài lâu. Người ta thường ví von phở và cơm. Phở, ngon đấy, song làm sao ăn mãi như cơm, hàng ngày, hàng tháng, hàng năm? Trách cá kho tiêu, bát canh cua rau ngót, lát thịt luột chấm mắm tôm, đĩa xoài bào trộn khô cá lóc…, những món ăn mộc mạc thấm đẫm tình phu thê, mặn nhạt hợp khẩu, quen thuộc như mùi thịt da hàng đêm ôm ấp, đến trở thành một phần cơ thể, cách nào thay thế? Nhưng thời gian qua bên Tâm cũng hình thành trong Luân một thói quen mới, cá lia thia quen chậu, vợ chồng quen hơi, như Nhã Quyên, không khác.

Bây giờ phải giải quyết làm sao? Tâm có thai. Vợ lớn vợ bé? Phòng một phòng hai? Tất nhiên không ổn. Còn cách giải quyết nào khác chăng? Những câu hỏi lùng bùng trong đầu, những câu hỏi đều đưa đến bế tắc. Luân nhìn chung quanh, đa số hành khách đều ngủ, tiếng động cơ âm âm nhịp đều, đèn trong khoang đã được hạ thấp, phi cơ trôi êm, thỉnh thoảng rớt vào tầng không khí loãng, hơi chao đảo song nhanh chóng trở lại trạng thái bình thường. Bà hành khách ngồi bên cạnh vóc người to lớn, hai bầu vú như hai trái dưa hấu, thỗn thện, chảy xệ chực bung chiếc áo li ti hoa nhỏ, bà ta ngủ gà ngủ gật, chốc chốc đầu ngã chúi vào vai Luân, chợt tỉnh, người đàn bà nhướng đôi mắt đục,

"Xin lỗi."

Nhưng chỉ vài mươi giây sau lại chìm vào giấc ngủ. Luân cười thầm, nhớ lại lúc nãy, xuất ăn trưa vừa được cô tiếp viên đặt xuống trước mặt người đàn bà, đã trong chớp mắt sạch bong, kể cả những mẫu bánh, trái cây tráng miệng và lon *cook*. Thừa cân luôn tỷ lệ thuận với ăn ngủ.

Luân lại nhìn ra cửa sổ, chỉ vài giờ nữa thôi mình sẽ gặp lại vợ con. Bên cạnh niềm vui đoàn tụ là mối lo không phương giải quyết. Luân có thể giấu vợ, nhưng Tâm thì sao? Một tuần nửa, hết phép, trở lại nơi làm việc, gặp Tâm, Luân phải ăn nói cách nào?

Phi cơ hạ cánh, bò chậm vào đường băng rồi dừng trước ống dẫn vào gate.

Luân vừa xuống thang máy đã thấy vợ và cô con gái vẫy tay đón. Luân bước nhanh lại, giang tay ôm cả hai. Nhã Quyên rót vào tai chồng,

"Nhớ mình quá."

Luân nâng khuôn mặt Nhã Quyên lên,

"Anh cũng nhớ em."

Nhã Quyên mĩm cười, vùi mặt vào ngực chồng. Luân cúi xuống hôn con, Linh, cô con gái, xinh tươi trong chiếc váy đầm luôn miệng nói cười. Nửa năm xa con, Luân nhận thấy cô bé lớn hẳn. Nhã Quyên cũng dường như đẹp và đẩy đà hơn. Nhìn đôi môi dày phớt hồng, nhìn hai mắt ướt long lanh, nhìn hai bầu ngực lớn vồng cao, nhìn cặp mông tròn, Luân cảm thấy rạo rực, chàng kề tai vợ nói nhỏ,

"Trông em hấp dẫn chịu không thấu, anh muốn ăn."

Nhã Quyên lườm chồng,

"Anh này..."

Luân cười, bóp nhẹ bàn tay vợ. Chuyển đề tài, hỏi, "Ba mẹ vẫn khỏe chứ?"

"Dạ khỏe, ông bà nôn nóng muốn gặp anh đấy."

"Trên đường về, mình ghé qua."

"Dạ."

Bốn người lên xe, gã tài xế nổ máy, ghé thăm ông bà nội Linh trước khi về nhà.

Căn biệt thự nhỏ và cũ tọa lạc trên con lộ nhỏ, nằm giữa mảnh vườn không lớn, trồng đủ loại. Vô dụng lẫn hữu dụng. Gốc hồng, cúc dại, hải đường, luống cải bẹ xanh, cải ngọt, xà-lách, vạt rau thơm, bụi sả, dăm ba cây ớt, giàn mướp sai quả, cây chanh, khóm chuối… Sự vô trật tự, tạp nham, tạo cảm giác gần gũi, thân quen. Tựa cô gái quê áo bà ba, quần lảnh, tóc kẹp thơm mùi bồ kết, da ngăm rám nắng, mắt lá răm, cánh tay phơn phớt lông tơ, ngực nhọn, mông tròn, hạ thể nung núc, đùi vạm vỡ. Mộc mạc mà quyến rũ. Luân thường dậy sớm pha ly cà phê mang ra ngồi trên chiếc ghế ci măng ở chái hiên sau nhìn bao quát mảnh vườn nhỏ. Bóng tối chưa tan hẳn, trời còn nhá nhem. Không khí gây lạnh. Tàu lá chuối đong đưa, vô số chồi non nhú ra từ nhành sứ cùi, những giọt sương trên các bẹ cải, màu đỏ của những trái ớt chỉ thiên, màu tím nhạt của hoa năm cánh nở tràn trên vạt cỏ ba lá, màu tím đậm của bụi tía tô, màu xanh sẫm của những bụi hành… . Mảnh vườn hình thành tùy tiện, vớ được bất cứ loài cây gì Nhã Quyên cũng tìm chỗ cắm xuống. Luân thường trêu,

"Vườn của em như tranh vẽ bằng cách đổ sơn tùm lum vô trật tự."

Nhã Quyên ra vẻ an tường,

"Tranh đổ sơn của Jackson Pollock cả trăm triệu đô một bức."

Jackson Pollock, oil on canvas

Luận nhún vai cười,

"Nhưng lợi tức thu hoạch trọn vườn này bán ra nếu tính bằng đô chưa được một trăm!"

Tuy vậy Luân rất thích vẻ hoang dã này. Luân nhớ ba năm trước người bạn rủ về quê hắn chơi. Buổi trưa ra giếng tắm. Giếng nằm dưới bóng của tàng sung cổ thụ. Gió mát, lũy tre bao quanh vườn rì rào, tiếng chim hót trên ngọn cao, nắng rơi luốm đốm khắp nền đá, bầu trời, lọn mây trắng phản chiếu mặt nước im dưới lòng giếng, người bạn thả gàu xuống, mặt nước xao động, mảnh trời vụn vỡ.

Khu vườn chen chúc đủ loại cây ăn trái, xoài, mít, nhãn, chôm chôm, dâu, mận, và những luống cải bẹ xanh, cải ngọt, xà lách, mùng tơi, bầu, bí, chanh, bưởi, ớt, sả, gừng… chen chúc, tạp nham, vô trật tự.

Tắm xong, chỉ độc một chiến quần ngắn, Luân và người bạn đến ngồi trên bờ cỏ dưới gốc mít, vừa nhấm nháp lon bia vừa chuyện trò. Gió mơn man da thịt, bóng râm dọc bờ tre và các tàng cây cùng tiếng chim, tiếng gà trưa từ xóm xa vang vọng. Những âm thanh càng nổi rõ sự yên bình. Khung cảnh và khí hậu khác hẳn thị thành. Lon bia tuy không có đá vẫn mát lạnh, Luân uống cạn, bóp bẹp, lấy lon khác. Luân cảm thấy tâm thân thoải mái.

Tiếng Nhã Quyên gọi,

"Mình ơi, xong rồi."

Luân rời chỗ ngồi. Buổi sáng đang lên, nắng mai phủ kín những đọt lá non khóm hồng ngoài hàng rào thấp, nắng liếm một phần chái hiên. Tách cà phê đã uống cạn, chỉ còn ít cặn màu nâu nhạt đáy tách. Luân vào phòng ăn. Trên bàn hai đĩa ốp la, bốn lát bánh mí sandwishes và hai ly cam vắt. Luân hỏi,

"Các con sao chưa dậy ăn sáng đi học?"

"Mình lẩn thẩn thực, hôm nay thứ bảy mà."

"À..."

Tóc Nhã Quyên còn ướt, có lẽ vừa tắm xong. Chiếc váy ngủ bằng lụa cổ xẻ sâu nổi rõ vùng trũng giữa hai gò ngực cao. Màu xanh rêu tối giúp nước da trắng càng thêm trắng. Váy ngắn chấm mông phơi cặp đùi nở nang chảy xuống đôi chân thon thả. Luân đến phía sau ôm vợ, hai tay nâng xoa đôi vú thả rông,

"Anh lại muốn ăn."

Nhã Quyên xoay người, nói khẽ,

"Bọn nhỏ ra bây giờ."

"Hôm nay cuối tuần, chúng chỉ dậy khi bố mẹ đánh thức, em biết mà."

Luân vùi mặt hít một hơi dài. Mùi dầu tắm thoang thoảng,

"Thơm quá."

Nhã Quyên lùi lại, ngã ngồi trên ghế, nói nhỏ,

"Thôi mình, ăn sáng kìa."

"Món này ngon hơn."

Luân nâng trái vú kê miệng nút say sưa.

"Đêm nào cũng ăn chưa đã à?"

Hỏi thế, song Nhã Quyên vẫn ôm đầu Luân kéo sát, Luân quỳ xuống nhẹ đẩy hai chân Nhã Quyên dạng rộng, vục mặt, cảm nghe mùi vị quen thuộc sau lớp vải mỏng.

"Mình... con ra bây giờ."

Mấy tháng nay, với Tâm, Luân no đủ nhu cầu sinh lý nhưng gặp lại vợ Luân không khác chú rể những ngày đầu tân hôn, Nhã Quyên cũng thế, đáp ứng đòi hỏi của chồng với nhiệt tình cao. Hai người quấn quít không rời, bất cứ lúc nào có thể. Tình dục là lực hổ tương mạnh mẽ duy trì tình nghĩa vợ chồng vượt qua mọi chông chênh, huống gì bao năm qua, cuộc hôn nhân không khác khu rừng bao la, còn nghìn vạn quyến rũ chờ đợi khám phá.

Yêu vợ, Luân không thể không nhớ Tâm. So với Nhã Quyên Tâm nhỏ nhắn, mỏng manh không mời gọi như của Nhã Quyên, thiếu phụ một con, ngon như trái chín cây, Tâm vẫn có hấp lực riêng, đó là tuổi trẻ cùng quan niệm lạc quan về cuộc đời, tương hợp tốt lành giữa bản thân và tha nhân. Hiểu giản dị, Tâm hoàn thiện cả hai mặt, thể chất và tinh thần. Tuy nhiên nếu buộc phải chọn lưa thì Nhã Quyên lợi thế hơn. Với tư cách là vợ danh chính ngôn thuận, nhan sắc trên trung bình, có học, chu toàn bổn phận làm vợ, rất mực yêu chồng và thủy chung; Nuôi dạy, thương yêu con tận tụy. Ngày tháng rồi sẽ qua đi, xác thịt sẽ không là trọng tâm khi tuổi trung niên rồi lão niên đến, bấy giờ cốt lỏi sẽ là con cái, cha mẹ đôi bên, họ hàng cùng hạnh phúc gia đình. Tâm có gì? Một đứa con sắp chào đời. Chấm hết! Làm sao

Luân lìa xa bến đỗ bình yên để dấn thân vào dòng chảy mịt mù không an toàn? Cán cân nghiêng hẳn về phía Nhã Quyên.

Nhưng trong trái tim Luân Tâm cũng chiếm giữ một phần quan trọng. Giải quyết cách nào? Câu hỏi lại trở về. Lòng Luân không yên,nhiều ngày qua, mỗi lần hạnh phúc bên vợ, hình ảnh Tâm lại tái hiện. Những tưởng tình qua đường sẽ nhanh chóng trôi vào quên lãng. Thế nhưng sự cả tin và tình yêu cho đi vô điều kiện đã khiến Luân cảm động.

Không thể bỏ vợ, cũng không thể xa Tâm, Luân như con cá mắc lưới, vùng vẩy vô vọng.

Nhã Quyên nhẹ đẩy Luân ra,

"Đủ rồi, thức ăn nguội hết kìa."

Luân ngồi vào bàn, Nhã Quyên đối diện,

"Lát nữa chúng ta đi lễ chùa nhé, em muốn cầu phúc cho gia đình mình."

"Cầu phúc? Chưa đủ sao?"

Nhã Quyên với cầm bàn tay chồng, âu yếm,

"Bao nhiêu là đủ, em muốn nhiều hơn nữa."

Từ ngày bình thường hóa với cựu thù, kinh tế không còn bị cô lập, mảnh đất một thời tai ương này tiến dần đến ổn định, áo cơm không còn là mối bận tâm thiết thân, nhu cầu tâm linh cũng tăng trưởng theo tỷ lệ thuận. Các nơi thờ tự của mọi tôn giáo không ngừng được tôn tạo, mỗi ngày mỗi qui mô hơn. Lúc cùng quẩn hoặc khi no đủ người ta thường tìm đến quyền năng siêu hình để cầu xin hay tạ ơn. Nhã Quyên không ngoại lệ. Vật chất thoải mái, vợ chồng hòa hợp, con cái ngoan ngoản, nói chung, mái ấm này thực sự ấm, Nhã Quyên năng đi chùa hơn, để tạ ơn đã đành, phần nữa, cầu Trời Phật tiếp tục ban thêm phúc lành. Luân trêu,

"Đi chùa là độc quyền của các bô lão. Độ này em có vẻ sùng đạo, già rồi đấy!"

Nhã Quyên ra vẻ giận lẫy,

"Phải mà, chê tui già mới có cớ tìm đào nhí chứ gì."

Luân chồm lên, kéo gần khuôn mặt Nhã Quyên, hôn sâu,

"Em bảy mươi anh vẫn yêu như bây giờ. Nhí nhiếc nào thay thế được vợ của anh."

Nhớ thời gian đầu Luân phải quyết tâm với phấn đấu cao mới đến được với Nhã Quyên. Ngày ấy tuổi đời chưa qua khỏi hai mươi lăm, do ảnh hưởng bè bạn cùng những triết lý vớ vẩn đọc lỏm bỏm, Luân không hài lòng với cuộc sống, luôn chìm đắm trong chán chường, lúc nào cũng nghĩ mình "sinh lầm thế kỷ". Cái "trăn trở" của bọn thanh niên tập làm người lớn.

Một buổi tối trong party sinh nhật của người bạn thân, Luân uống nhiều, cọng thêm mấy hơi "bột trắng", Luân rơi hẳn vào thế giới khác. Trong trạng thái không kiểm soát được hành vi, Luân gây sự với một nhóm thanh niên, đưa đến ẩu đả. Dĩ nhiên, mãnh hổ nan địch quần hồ, huống chi nào phải "mãnh hổ" nên Luân bị đòn tơi tả. Cuối cùng, chai bia của một đối thủ giáng xuống đầu làm Luân ngã chúi vào lòng Nhã Quyên, cũng là khách mời của người bạn. Máu từ vết thương thấm ướt ngực áo, Nhã Quyên hét lớn hoảng hốt,

"Máu… máu…"

Có lẽ tiếng hét đưa mọi người ra khỏi cơn mê, trật tự dần vãn hồi, Luân được đưa đến bệnh viện.

Nửa tháng sau cũng trong buổi họp mặt khác, gặp lại Nhã Quyên, Luân tỏ vẻ ăn năn,

"Tôi xin lỗi chuyện đáng tiếc hôm trước."

"Anh còn trẻ, rượu chè không tốt đâu." Nhã Quyên khuyên nhủ.

Không sở hữu một nhan sắc gây ngay ấn tượng, nhưng Nhã Quyên có duyên ngầm, càng tiếp xúc càng bị cuốn hút, nhất là giọng nói, Bắc pha Nam, nhỏ nhẹ, thân thiện, hòa đồng mà vẫn nghiêm trang, chừng mực. Luân bị thuyết phục bởi nhan sắc cùng phong cách của Nhã Quyên, dần dần xa lánh được rượu và khó khăn nhất, hút sách. Ai đã từng sa vào bẫy nghiện ngập, hầu như không thể thoát ra. Trong suốt cuộc đời, thời gian cai nghiện là một trải nghiệm khủng khiếp nhất, nếu không có Nhã Quyên như một động lực mạnh, nhiều phần Luân đã bỏ cuộc. Suốt một tuần tự giam nhốt trong phòng, tự xích chân vào song sắt cửa sổ, chìa khóa ném vào bồn cầu.

Gần như nhịn đói, chỉ duy trì sự sống bằng những chai nước lọc. Mỗi lần lên cơn Luân có cảm tưởng có hàng triệu con trùng đục khoét dưới da, người rét run, tay chân rã rời, mắt nổ đom đóm, miệng khô đắng. Luân quay cuồng, không kiểm soát được hành vi, nhiều lần nhào vào bồn cầu, vục tay tìm kiếm chìa khóa, mở cửa ra ngoài tìm thuốc hạ cơn ghiền. Một tuần, Luân sống dở chết dở. Đến ngày thứ tám, những cơn vật vả thưa và nhẹ dần. Cuối cùng, Luân lết qua được cánh cửa địa ngục, tỉnh thức. Luân biết, nếu không yêu Nhã Quyên, không nhờ hình ảnh người con gái có nụ cười với lúm đồng tiền và giọng nói Bắc pha Nam duyên dáng quyến rũ, có lẽ Luân chẳng thể vượt qua.

Nghỉ ngơi một thời gian Luân trở lại giảng đường. Hai năm xa lìa sách vở lao vào mọi thói hư tệ hại, nay làm lại, không dễ, song rào cản cao nhất là rượu và chất bột trắng Luân leo qua được thì những trở lực khác làm sao ngăn nổi quyết tâm, nhất là quyết tâm này được hỗ trợ bởi tình yêu.

*

Luân và Nhã Quyên lên đến lưng chừng dốc. Con đường bậc thang hẹp, quanh co, những tảng đá lớn màu xám bạc nhô ra, phủ rêu, hoặc ẩn sau các lùm cây xanh nở vô số loài hoa, kể cả phong lan, đủ màu. Dọc lối đi, cách khoảng không xa, những ngọn đèn bão được treo trên các cành cao. Nhã Quyên hỏi,

"Người ta treo những cây đèn kia để làm gì vậy anh?"

"Sẽ được thắp sáng khi sương mù đậm đặc, dẫn đường cho khách du lịch."

Một con sóc phóng qua đường, mất biến vào bụi rậm. Gió nhẹ, bầu trời thấp, không khí gây lạnh, khác hẳn cái nóng hừng hực rát mặt dưới đồng bằng. Nhã Quyên dừng lại, khom người thở nặng nhọc,

"Mệt quá."

Luân lùi lại nắm tay nàng,

"Ráng tí nữa, sắp đến rồi."

"Hai chân em muốn quy."

Luân chỉ phiến đá thấp,

"Vậy thì em ngồi nghỉ một lát, hết mệt chúng ta tiếp tục. Ngồi bên cạnh, Luân tháo ba lô đặt dưới chân, lấy chai nước lọc đưa cho Nhã Quyên,

"Em uống đi, khỏe ngay thôi."

Nhìn Nhã Quyên thở dốc, trán mướt mồ hôi ngửa cổ dốc ngược chai nước lọc vào miệng, Luân mĩm cười thầm nghĩ, tiểu thư có khác. Chàng xoay nghiêng, chợt bắt gặp một bụi hoa mọc ra từ kẻ đá, tiện tay ngắt một đóa trắng muốt, cánh dày còn ngậm sương, chàng trao cho Nhã Quyên,

"Đẹp không em?"

"Hoa gì vậy anh?"

"Chỉ là hoa dại thôi, lên đến đỉnh em tha hồ thưởng thức vô số loài hoa nhiều màu cũng không tên, mọc chen kẽ giữa các tảng đá đủ hình thù trên diện tích rộng phủ kín đỉnh đồi, ta có cảm tưởng như đứng trong biển sương, ở vị trí đó tầm mắt sẽ bao quát chập chùng ruộng bậc thang lẫn khuất trong mây, cảnh đẹp như trong phim thần thoại."

"Sao anh rành quá vậy?"

"Hai năm trước anh đã lên đây nhân dịp phân khoa tổ chức dã ngoại."

"Thảo nào."

Lên đến đỉnh, Nhã Quyên choáng ngợp, cảm giác bé nhỏ trước thiên nhiên bao la và huyền nhiệm khiến nàng chợt nhận ra cái vô nghĩa của kiếp người với mọi vong động, sân hận, tranh chấp, từ bao lâu nay nàng đã sân si ngụp lặn. Nhã Quyên đưa tay chỉ, Luân nhìn, xa xa, dưới thấp, một mái nhà sàn khuất sau rặng cây vươn lên từng đụm khói, tan hòa vào biển mây sà thấp. Hậu cảnh là những thửa ruộng bậc thang uốn lượn theo sườn đồi, phủ kín một màu xanh nhiều sắc độ, từ vàng nhạt, mạ non, rồi đậm dần.

Hai người nắm tay nhau dạo chơi giữa khí hậu se lạnh, đất trời giao thoa, hoa cỏ đẫm sương, trước khi trở xuống, vào làng dưới chân núi thưởng thức món thắng cố (thổ ngữ, có nghĩa là canh thịt) một đặc sản của dân tộc H'Mông, chế biến từ thịt ngựa và các loại rau nhúng, thơm, cay nồng như cải mèo, cải ngồng, cải lầu.. chấm với loại nước chấm đặc biệt làm từ ớt Mường Khương. Món ăn được nhân viên phục vụ vận trang phục bản địa mang ra trong bát gỗ hâm hấp nóng. Riêng bát gỗ cũng là nét đặc trưng, loại bát này được đẽo gọt từ gỗ, tương truyền được trang bị cho các chiến binh, vừa nhẹ vừa không bể vỡ. Người ta kể, vào thời rất xưa, tranh chấp thường xảy ra giữa bộ tộc này với bộ tộc khác. Chiến trận có khi kéo dài nhiều tháng nên lương thực cạn kiệt, binh sĩ phải giết ngựa làm thức ăn, và để tiết kiệm, họ không bỏ sót thứ gì, từ thịt, xương đến nội tạng, nấu trong vại lớn với rau rừng và muối chia cho binh lính hầu duy trì sự sống. Từ đó trải qua nhiều đời, vại được thay bằng chảo lớn, người ta gia giảm, thêm thắt, dần dà món thắng cố trở thành đặc sản của bộ tộc H'Mông. Khi ngành du lịch phát triển, món ăn được chế biến không chỉ bằng thịt ngựa, mà còn bằng nhiều loại thịt khác như bò, trâu… Cách chế biến cũng cải tiến rất nhiều cho phù hợp với khẩu vị của từng loại du khách. Chuyện kể thực hư thế nào Luân và Nhã Quyên không rõ, chỉ cảm nhận món ăn tuyệt ngon, mùi vị lạ.

Buổi *picnic* hôm nay để mừng ngày ra trường của Luân đồng thời đánh dấu một năm chín tháng kể từ lúc chàng tỏ tình và được Nhã Quyên chấp nhận. Không dễ gì xóa sạch quá khứ để sánh đôi với một tiểu thư chưa từng giao tiếp với một chàng trai, xét nhiều mặt, không xứng hợp. Nhưng bằng chân tình và nỗ lực không ngưng nghỉ, dần dần Luân thâu ngắn khoảng cách, để cuối cùng làm chủ trái tim Nhã Quyên.

Chiếm giữ trái tim cô tiểu thư này tuy khó vẫn có thể làm được, điều khiến Luân, kể cả Nhã Quyên lo âu, là ông bố nàng, một sĩ quan cấp cao trong quân đội. Ảnh hưởng bởi môi trường đã tạo thành nhân cách, cá tính, ông dạy dỗ, cư xử với con gái bằng kỷ luật nghiêm khắc đến độc tài. Trong mắt ông Luân không phải là chàng trai xứng hợp với Nhã Quyên. Ngoài ngoại hình lãng tử, thêm cái dĩ vãng ăn chơi khiến ngay từ đầu ông đã xem Luân là mẫu đàn ông thiếu nam tính, yếu đuối, ủy mị, hư hỏng, khác hẳn với quan niệm của ông, là nam nhi phải cứng cỏi, mạnh mẽ, kiên cường.

Ông nói với con gái, giọng xác quyết khi tuần trước cha con đề cập đến chuyện tình của Nhã Quyên,

"Ba không bằng lòng."

"Con đã trưởng thành, tình cảm là chuyện của trái tim, làm sao ba thấu hiểu lòng con."

Ông gằn giọng,

"Đã bảo không là không."

"Ba!"

Vị sĩ quan cao cấp nhìn con gái vẻ không muốn nghe, ông xoay lưng bước nhanh ra khỏi phòng.

Cuộc chiến thầm lặng nhưng quyết liệc giữa hai cha

con kéo dài nhiều ngày, Nhã Quyên làm mình làm mẩy, đi học về là vào phòng đóng cửa, không ra ngoài kể cả giờ ăn. Biết con buồn, lòng ông quặn đau, tuy bề ngoài cứng cỏi vẫn không thể giấu được tình thương của một người cha với đứa con thân yêu thiếu vòng tay bảo bọc của mẹ, bà đã qua đời vì bạo bệnh lúc Nhã Quyên mới lên mười, cuối cùng ông đành nhượng bộ, thôi thì nhắm mắt thành toàn cho chúng. Tuy vậy trót quen với cách hành xử đã trở thành quán tính, ông muốn thử thách chàng trai để may ra không quá đỗi thất vọng.

Một mặt ông cho phép Nhã Quyên theo Luân *picnic*, mặt khác ông gọi viên sĩ quan thân tín thực hiện chỉ thị của ông.

*

Rời thị trấn sương mù hai người trở lại thành phố. Đến gần nhà, Luân nói,

"Mình ghé quán uống nước."

"Chưa đầy cây số nữa, về luôn đi anh."

"Anh muốn gần em thêm một lát."

"Về nhà anh muốn gần bao nhiêu chẳng được."

"Anh ngại đối mặt ba em"

Nhã Quyên vẻ ngạc nhiên,

"Ba bằng lòng rồi mà, anh ngại nỗi gì?"

"Trông ông khó đăm đăm, anh không thoải mái."

Nhã Quyên bật cười,

"Môi trường quân đội tạo nên phong cách của ông, thực chất ba rất tình cảm, lại thương em rất mực, anh nên gần gũi ba."

Luân cho xe vào sát mái hiên, tắt máy,

"Chuyện ấy tính sau, anh muốn uống một ly cà phê đá."

Hai người vào quán, chưa kịp ngồi ấm chỗ thì từ ngoài một nhóm năm thanh niên bước vào, vẻ ngang tàng. Họ chọn bàn gần cửa. Một tên mặt xương, trọc đầu, ngực áo mở rộng, tay áo ngắn, khoe bắp thịt cuồn cuộn, quay đầu vào trong lớn tiếng,

"Có rượu chứ?"

"Dạ, chỉ bia thôi." Thiếu phụ chủ quán trả lời.

"Cũng được, năm chai 33."

Chợt nhìn thấy Luân và Nhã Quyên, hắn nham nhở,

"Em đẹp, phí của!"

Một tên trong bọn hỏi,

"Sao lại phí?"

Gã nói lớn, cố tình cho Luân và Nhã Quyên nghe,

"Mày không thấy à? Thằng kép trông yểu điệu thục nữ, ngữ ấy làm ăn nước mẹ gì!"

Lời qua tiếng lại, càng lúc càng nham nhở, pha lẫn tiếng cười chế nhạo. Luân nóng mặt, nói lớn,

"Yêu cầu các bạn lịch sự một chút."

Gã đầu tiên khiêu chiến đứng dậy,

"Ê, nhóc nói gì?"

"Tôi nói các anh lịch sự một chút."

Gã xoay người về phía Luân và Nhã Quyên, hùng hổ,

"Đụ mẹ, ngon, lặp lại lần nữa coi."

"Tôi nói..."

Luân chưa kịp dứt lời gã nhào qua bàn Luân, lớn tiếng chửi thề,

"Đụ mẹ, mày tới số rồi!"

Gã nắm cổ áo Luân lắt mạnh, gằn giọng,

"Ngồi yên!"

Rồi quay sang vuốt má Nhã Quyên, cười,

"Em dễ thương quá."

Luân đứng bật dậy, xô gã lùi lại,

"Anh làm gì thế?"

Gã cười ha hả,

"Đụ mẹ, nựng một tí thôi mà, chưa chi đã nhặng xị thế, nhóc!"

Luân trở nên liều lĩnh,

"Mày... mày... tao..."

Gã tiếp tục cười, vít đầu Luân xuống mặt bàn

"Đụ mẹ nhóc muốn ăn đòn thực."

Gã đưa nắm đấn lên cao, chực giáng vào mặt Luân thì có tiếng nói lớn,

"Dừng lại."

Hai công an từ cửa bước vào. Nhanh chóng trật tự được vãn hồi. Sau khi nghe Luân kể lại sự vệc. Cả bọn bị còng tay đưa về đồn.

Màn kịch này do viên sĩ quan đạo diễn với tiếp tay của công an địa phương và một số phạm nhân, theo yêu cầu của ba Nhã Quyên, nhằm trắc nghiệm tình yêu của Luân. Sau thử thách, Luân chính thức trở thành hôn phu của Nhã Quyên. Không lâu sau họ lấy nhau và cô con gái ra đời. Những tưởng mái ấm hạnh phúc, tình chồng vợ mặn nồng sẽ khiến Luân không bao giờ nữa có tình yêu mới, nào ngờ Luân lại rơi vào lưới tình, để rồi một bào thai đã hình thành trong người Tâm, đẩy Luân đến một chọn lựa đau lòng và cực kỳ khó khăn. Một chọn lựa đã dằn vặt Luân suốt hành trình từ nhà đến nơi làm việc. Cuối cùng Luân đành quyết định, tránh không gặp lại Tâm, đồng thời chạy chọt xin công ty cho về SG.

*

Đợi mãi không thấy Luân trở lại, nóng lòng quá Tâm vào SG, lý do chính thức, thăm một người bạn thân thời gia đình Loan còn ở chung thành phố nơi Tâm đang cư ngụ. Thuở ấy cả hai cùng học một trường từ hồi mới lên trung học đến năm lớp mười. Sau đó do nhu cầu công việc, cả nhà Loan di chuyển vào Nam. Tuy cách xa địa lý, họ vẫn thường xuyên liên lạc qua điện thoại. Tâm hứa sẽ vào thăm Loan khi có dịp. Nay là dịp, thực chất lợi dụng cơ hội này Tâm muốn dò la tin tức Luân. SG đất rộng người đông, tìm một người trong số mười triệu dân quả thực như tìm một hạt mè trong bãi cát bao la! Một ngẫu nhiên cực may mắn, khi nghe Tâm muốn tìm Luân, Loan reo lên,

"Tay này Loan biết, vang danh dân chơi có hạng một thời, nhà hắn gần đây, chỉ cách hai dãy phố, nghe nói đã hoàn lương và lấy được vợ là con gái của một đại tá công an, gia cảnh cự phú, nay đã có một cô con gái. Mà này, sao Tâm biết hắn?"

"À, tình cờ thôi, không thân lắm."

"Đừng thân nhé, hắn nổi tiếng sát gái đấy."

Hai ngày kế tiếp Tâm khéo léo khai thác để có được địa chỉ của Luân, và rồi tìm đến. Ngồi trong quán giải khát bên kia lộ, đối diện căn biệt thự nhỏ, chứng kiến cảnh thiếu phụ âu yếm khoát tay Luân cùng một bé gái lên chiếc Toyota. Gã tài xế cho xe rời lề đường, mất hút chỗ ngả tư. Tâm điếng người. Cô bạn nói không sai, Luân đã có vợ con. Có thể nào! Tâm nhớ lại hôm cùng Luân lên chùa thăm mẹ, hình ảnh gã trai có mái tóc dài cột đuôi ngựa, đôi mắt sáng, môi quai xách, dáng rất nghệ sĩ, Tâm nhớ mấy tháng chăn gối mặn nồng, bao lời thương yêu, hứa hẹn. Tâm choáng váng. Có thể nào! Nỗi đau làm Tâm gần như tê liệt rất lâu trên ghế ngồi.

Sự thật đẩy Tâm vào tình cảnh nghiệt ngã đồng thời

biến thiếu nữ đầy lạc quan trước đây thành con người khác. Trở về, Tâm lên chùa thú tội với mẹ và xin bà tìm cho mình lối đi khả dĩ. Mẹ trách mắng không tiếc lời, nhưng như tất cả mọi người mẹ trong cuôc đời này, không thể bỏ mặc con. Bà xuống núi về nhà để tiện việc lo cho con.

Tâm hỏi mẹ,

"Con nên giữ cái thai hay bỏ?"

"Giết một sinh mệnh, dù chỉ mới tượng hình thất đức lắm con biết không?"

Dừng một chút, mẹ tiếp,

"Vả lại đứa bé có tội tình gì."

"Nhưng tai tiếng."

Mẹ chì chiết,

"Còn nghĩ đến tai tiếng à, sao trước đây không nghĩ thế cho mẹ nhờ?"

"Tha cho con đi mẹ ơi. Tóm lại, con phải giữ đứa bé?"

"Còn cách khác à?"

Tâm nghỉ học vì biết sẽ không tiếp tục được nữa. Vài tháng sau một bé trai ra đời. Lần đầu làm mẹ, Tâm ngây ngất với tình thương dành cho đứa bé, hiện thân của một tình yêu tật nguyền. Đồng thời mỗi lần nhìn con Tâm không thể không nghĩ đến Luân. Cho đến ngày cậu bé chập chững biết đi, Tâm vẫn không thể xóa quên hình ảnh Luân thường trực ám ảnh tâm trí, nên xin mẹ cho lên chùa thay bà làm công quả, đồng thời gia nhập tổ thiện nguyện trực thuộc cổ tự, đi khắp nơi, bao quát một địa bàn rộng, lan sang các tỉnh lân cận, ủy lạo mọi gia cảnh nghèo neo đơn và bất hạnh. Tâm hy vọng bận rộn sẽ giúp khuây khỏa, và sẽ xóa quên được dĩ vãng.

Ngày tháng trôi qua cùng công việc tất bật là liều thuốc hiệu nghiệm có khả năng làm nhạt mọi khổ đau. Dần dần Tâm thoát được ám ảnh quá khứ.

Quả thế, trong thời gian cùng nhóm làm công tác thiện nguyện Tâm đã tai nghe mắt thấy bao nhiêu tình cảnh bi thương, nhiều chuyện tưởng như sản phẩm tiểu thuyết.

Tháng trước, tại một vùng ven đô Tâm đã không khỏi choáng váng khi chứng kiến thảm trạng của một gia đình ba người gồm một mẹ cùng hai con. Cô chị mười sáu, cậu em mười bốn. Cậu con trai lầm lì, cục cằn và là người duy trì sự sống cho bản thân, mẹ, chị bằng cách hàng ngày lang thang khắp nơi, xin ăn, lục lọi các thùng rác tìm kiếm bất cứ thứ gì nhét được vào bao tử. Người mẹ mắc bệnh tâm thần, luôn miệng lảm nhảm những chuyện tối tăm vô nghĩa, hoặc ngồi im như tượng hàng giờ. Cô chị cũng tâm thần, nặng hơn, lắm lúc khóc rũ rượi hoặc cười điên dại, báo trước sẽ có những phản ứng bạo lực tiếp theo. Đó là hậu quả do gã đàn ông, là chồng, là cha của người đàn bà và cô gái gây ra. Sinh tiền gã nát rượu, người ngợm lúc nào cũng đẫm hơi men.

Một buổi tối gã về nhà trong cơn say túy lúy, miệng la hét, lảm nhảm những lời thô tục, chửi chó mắng mèo. Ông ta bước vào cửa nhằm lúc con gái vừa tắm xong, từ nhà dưới đi lên, gã vấp vào ngạch cửa, ngã chúi, tay với chụp chiếc khăn vận quanh thân cô gái, chiếc khăn tuột ra, phơi thân thể trần truồng. Hai gò ngực dậy thì núm hồng, hạ thể no căng phơn phớt lông mượt. Người cha nhìn sửng, và bằng thôi thúc của bản năng súc vật, gã nhào tới đè người con ngã ngửa trên nền ci-măng. Mặc tiếng la hét, giẫy giụa hoảng sợ và đau đớn, mặc vợ và đứa con trai cật lực kéo ra, với sức mãnh thú điên loạn, người cha đã hung bạo lấy đi tiết trinh đứa con ruột thịt, trước sự chứng kiến của vợ và đứa con trai. Cô gái co quắp trên nền nhà, khóc ngất, máu từ hạ thể ứa nhầy nhụa. Gã đàn ông phóng ra đường, miệng tiếp tục những lời bẩn thỉu, vô nghĩa. Bóng gã xiêu vẹo ngã dài dưới cột đèn đường vàng vọt rồi khuất chìm vào màu đêm. Mươi ngày sau người ta tìm thấy xác ông ta vướn vào chân cầu đã sình chương, đang phân hủy. Có lẽ gã đã chết ít nhất một tuần trước đó. Không hiểu vì tai nạn hay quyên sinh? Hơn tháng sau từ ngày xảy ra biến cố cô gái mất kinh, đi khám, bác sĩ cho biết đã có thai. Hai mẹ con hoảng loạn, tìm cách phá cục nợ oan nghiệt bằng mọi cách, kể cả những cách dân gian như uống nước vắt từ rau răm, ăn đu đủ xanh… Kết quả không như ý, buộc phải đến nhà thương nạo bỏ. Bà mẹ không còn ra chợ bán buôn. Cô chị và cậu em nghỉ học. Cảnh nhà tồi tệ dần. Nhất là từ ngày cô chị có những biểu hiện không bình thường, bà mẹ cũng thế, nặng dần theo thời gian, cuối cùng mất trí hoàn toàn.

Sự sống của ba người hoàn toàn phụ thuộc cậu con trai.

Khi Tâm và tổ thiện nguyện đến, đã hai ngày ba mẹ con chỉ cầm hơi bằng những trái táo ủng cậu con trai moi được từ thùng rác. Bà mẹ, cô gái tóc rối bù đầy chí và trứng trắng lốm đốm, mặt mày lem luốt, quần áo bẩn thỉu dương mắt bốn mắt lơ láo nhìn mọi người. Cậu trai ngồi trên chiếc ghế nhựa góc phòng, câm lặng. Căn nhà không khác bãi rác, ngổn ngang mọi thứ tạp nham, những mẩu bánh mì khô cứng lên mốc, hộp cơm *to go* cơm thừa thịt ôi lên mốc, ly nhựa, bao ni lộng, giấy báo… Tâm cùng một thiếu phụ nữa phải dỗ dành khá lâu bà mẹ và cô gái mới chịu theo hai người vào phòng tắm làm vệ sinh, thay đồ.

Tâm hỏi cậu con trai,

"Em muốn đi làm không?"

Cậu con trai hỏi lại, giọng không mấy thân thiện,

"Làm gì?"

"Gia nhập nhóm của chị, vừa có cơm ăn vừa lo được cho mẹ và chị. Bằng lòng chứ?"

Cậu con trai nhìn Tâm bằng cặp mắt vô cảm khá lâu trước khi gật đầu. Tâm biết những biến cố và chuỗi ngày dài khốn khổ khiến tâm hồn cậu trai trơ lì. Tâm hy vọng khi gia nhập nhóm thiện nguyện cậu ta sẽ có cơ hội tiếp cận thường xuyên với môi trường tốt, yếu tố vô cùng quan trọng quyết định nhân cách một con người, thoát khỏi mọi suy trầm, tiêu cực của quá khứ. Cuộc đời luôn tồn tại hai mặt, sáng và tối, thiện và ác. Đã kinh qua đau thương, đã hy vọng rồi tuyệt vọng, đã tưởng tâm hồn mình sẽ mãi mãi khô cằn, song may mắn thay thời gian làm thiện nguyện cũng như tiếp xúc, nhìn các sư cô luôn xác quyết hạt lành dần dà tiêu trừ mầm xấu. Đó là những tấm gương giúp Tâm nỗ lực chu toàn bản thân. *Nhân chi sơ tính bổn thiện*, Tâm không tin thế, nhưng tin khi điều thiện được nhân rộng thì sự ác sẽ bớt đi. Dựa trên cơ sở này Tâm cũng tin cậu trai sẽ là một thành viên nhiệt tình của nhóm trong tương lai. Môi trường sống mới sẽ giúp cậu loại trừ nghiệp dữ, dung nạp duyên lành.

Chỉ mới năm ngày trước Tâm lại đối mặt với một cảnh đời khác bi thương không kém.

Gia đình này cũng ở ven đô, gồm bốn người, hai vợ chồng già, anh con trai cả làm đốc công cho một công ty xây cất. Cô em gái hỏng một mắt và mất một chân sau tai nạn giao thông. Trước khi trở thành phế nhân cô gái có nhan sắc mặn mòi, dự tính xong trung học sẽ ghi danh vào cao đẳng sư phạm. Cô gái có người yêu là sinh viên năm cuối đại học kiến trúc. Cuộc tình lãng mạng, đẹp.

Có lần chàng vít mặt cô gái xuống, cạ cạ gò má vào môi, tha thiết,

"Yêu em muốn chết."

"Lạ vậy, yêu muốn chết là thế nào?"

"Là anh rất sợ hoặc em hoặc anh sẽ đổi thay, hôm nay đắm đuối thề non hẹn biển, kiếp này chưa đủ, hẹn kiếp sau tiếp tục, vẫn thấy chưa đủ, tham lam kéo dài đến muôn kiếp nữa. Ôi chao lời nói đầu môi như gió, rất thực hôm nay, ngày mai xoay chiều vì lý do nào đó. Thôi thì, cho chắc, chết phứt khi đang mặn nồng, bởi chưng chết là hết, làm sao thay đổi."

Cô gái bật cười,

"Lý luận kiểu anh…"

Cô gái bỏ lửng không tiếp tục. Chàng trai cũng cười,

"Nói hết ý xem nào."

"Lẩm cẩm!"

Không ai biết được tương lai. Cuộc tình tưởng sẽ có chung cuộc viên mãn, nhưng tai nạn biến cô gái thành phế nhân. Gắng gượng một thời gian ngắn, chàng trai lặng lẽ dứt tình. Giả dụ chàng bất chấp, lấy cô gái. Sẽ được bao lâu? Sống với một người vợ như thế khác nào mang trên lưng khối đá, về lâu về dài liệu còn sức gánh? Cô gái không oán trách, cô đủ thông minh hiểu và chắc chắn lòng tự trọng sẽ nhủ cô lắc đầu nếu chàng ngỏ ý. Nhưng biến cố đến bất ngờ và dữ dội quá, cô gái không đủ sức chịu đựng. Nhiều tháng giam mình trong bốn vách tường cùng chứng trầm cảm mỗi ngày mỗi nặng, cuối cùng trở nên mất trí.

Khác với mẹ con trường hợp trước, bệnh điên của cô gái rất dữ dội, thường lên cơn, tự hành hạ mình, tự cào cấu đến nát mặt, tự vả vào hai má đến sưng vù. Đáng sợ hơn nữa, nếu ai đến gần sẽ có nguy cơ trở thành nạn nhân cho cô gái trút phẫn uất bằng những hành vi khó lường. Đã có một người bạn đến thăm, cô gái choàng ôm và cắn bật máu ngực bạn. Ông anh trai phải thuê thợ làm một căn chòi nhỏ ở sân sau. Căn chòi không khác chuồng nuôi thú trong thảo cầm viên, bốn bề không vách che, thay vào đó là hàng rào bằng sắt mắt cáo vây quanh, từ vòng tường thấp bên dưới đến trần, chỉ có một cửa duy nhất cũng bằng sắt. Sở dĩ không ngăn vách để người nhà tiện theo dõi. Trong cái "chuồng" ấy chỉ vỏn vẹn một bệ ci-măng, một gối hơi, làm chỗ ngủ. Cô gái không chịu mặc quần áo, luôn trần truồng. Đến bữa cha mẹ hoặc ông anh chuyền bát cơm và chai nước lọc vào trong qua song sắt. Cô gái bài tiết bất cứ nơi nào, dù trong chòi có cầu tiêu. Mỗi làn xong người nhà phải xịt nước (mặt sàng tráng hơi nghiêng để nước bẩn chảy xuống cống) vừa rửa "chuồng" vừa tắm cho cô gái. Đó là lý do không thể kê giường và chăn gối bình thường. Nhưng bất hạnh thay, một hôm ở công trường, ông anh trượt chân té ngã, rơi từ tầng cao xuống đất, chấn thương cột sống, liệt. Ông anh là người duy nhấ tạo ra của cải nuôi gia đình mất khả năng lao động, cảnh nhà nhanh chóng suy sụp. Ban đầu người quen, hàng xóm còn mang thức ăn đến và rửa "chuồng", tắm cho cô gái. Nhưng lòng tốt chẳng thể kéo dài mãi. Người hảo tâm thưa dần. Nếu nhóm thiện nguyện không đến, vợ chồng bà già, ông anh và bệnh nhân sẽ thế nào?

Những cảnh đời!

Nếu không bị ruồng bỏ, nếu không thay mẹ lên chùa, nếu không gia nhập nhóm thiện nguyện, làm sao Tâm có cơ hội tiếp cận bao nhiêu thảm trạng? Từ đó Tâm ngộ ra nỗi đau của mình chỉ như nốt muỗi cắn so với vết loét sâu mưng mủ. Lòng Tâm nhẹ dần, ý muốn trở thành ni sư nhen nhóm, Một bữa Tâm vào gặp sư bà bày tỏ ước nguyện.

Chương IV

cõi trần gian ẩn sâu mầu nhiệm phật
bến đến rồi, bè trả lại, cần chi
phm (ngôn phật)

Sư bà nhìn Tâm mỉm cười, từ tốn hỏi,

"Con đã nghĩ kỹ chưa?"

"Bạch, kỹ rồi ạ."

"Hãy cho sư biết lý do, tại sao."

Tâm ngập ngừng vắn tắt chuyện mình rồi kết luận,

"Bạch, từ hôm gia nhập nhóm thiện nguyện con nhận thấy bất hạnh của mình chả nghĩa lý gì so với những thảm kịch đã chứng kiến, đồng thời chợt hiểu câu nói "đời là bể khổ" từ lâu con vẫn xem là sáo rỗng bỗng trở thành hiện thực, cho nên con không muốn trầm luân nữa trong vòng ái dục."

"Con còn trẻ, những điều từng nhìn thấy cộng thêm bi kịch cá nhân, nên nhất thời tác động mạnh đến tâm hồn, khiến con ngỡ cuộc đời chỉ như thế. Thực sự bên cạnh mặt tiêu cực còn vô số tích cực, thời gian sẽ giúp con bình tâm, và sẽ điều chỉnh lại mọi thái quá trong suy nghĩ. Cửa thiền luôn rộng mở, nhưng cửa thiền không phải là nơi dung nạp mọi chán chường hay để trốn tránh bất ưng. Nhất thời con hãy tiếp tục làm những việc đang làm, đến một lúc nào đó khi tâm thực sự an, lòng vẫn kiên định ý hướng tìm đến thiền môn, lúc ấy vẫn chưa muộn.

Sư bà đứng dậy đến kệ sách góc phòng tìm và rút ra một tập vở đã cũ, giấy ố vàng trao cho Tâm,

"Đây là những ghi chép, suy tưởng của sư lúc mới bước vào cửa thiền, tuổi đời xấp xỉ con bây giờ, tuy thô thiển, non nớt song sư nghĩ phần nào giúp con khai mở tuệ tâm."

Sư bà ngồi lại vị trí cũ, trong tư thế kiết già trên tấm đệm mỏng, không nhìn Tâm, nhỏ giọng,

"Thôi con về đi, nhớ những điều sư đã nói."

Nắng từ ô trống trên vách hang dội vào nguồn sáng mạnh làm tấm áo vàng rực sáng. Hai tay bắt ấn bất động trên đùi, mắt nửa khép nửa mở. Sự tự tại toát ra từ sư bà khiến Tâm cảm thấy tâm hồn bình yên.

Tâm chắp tay chào sư bà trở ra chánh điện, lạy Phật trước khi xuống núi về nhà.

Chưa bước qua ngưỡng cửa Tâm đã nghe tiếng bà cháu cười đùa. Nhìn thấy mẹ, thằng bé chập chững chạy lại dang rộng hai tay ôm chầm, reo lên giọng ngọng nghịu,

"Mẹ."

Tâm cúi xuống bế con lên, hôn tới tấp khắp mặt, hỏi,

"Con trai của mẹ đã ăn gì chưa?"

Bà ngoại trả lời thay cháu, đồng thời hỏi Tâm,

"Cu cậu xơi cả bát cơm đầy. Còn con?"

"Chưa mẹ ạ, con đói run."

"Cơm canh đã sẵn, siêng thì hâm lại, bằng không vẫn ăn được, mẹ mới nấu, còn ấm."

Tâm xuống bếp dọn cơm, thằng bé lon ton quẩn chân mẹ. Nhìn con bụ bẫm, khỏe mạnh, lòng Tâm thấy ấm. Thằng bé giống bố, cũng đôi mắt sáng, cũng vầng tráng rộng, nhất là chiếc miệng, cũng hai mép môi nhếnh cao khi cười… Bản sao của bố. Những lúc tất bật với công việc và chứng kiến bao thảm trạng, Tâm hầu như không nhớ nhiều và vẫn tưởng Luân đã không còn là nỗi ám ảnh, nhưng khi về nhà, nhìn con, hình bóng người tình lại tái hiện cùng bao kỷ niệm mặn nồng, Tâm nhận ra dĩ vãng vẫn khó xóa quên, đồng thời thấy lời sư bà không sai, Tâm muốn gửi thân vào cửa thiền không chỉ vì những thảm kịch đã trãi.

Đi tu không có nghĩa tìm quên.

Buổi tối thằng bé đòi ngủ với bà ngoại, Tâm vào giường mang tập vở của sư bà ra đọc. Tập vở trên hai trăm trang chi chít chữ, ghi chép những đoạn kinh ưng ý cùng những công án, giai thoại, nhận định cá nhân. Tâm mãi mê đọc đến gần sáng, nhiều đoạn dù đã tường nhưng vẫn gây cho Tâm ấn tượng, lẫn quẩn đọng trong đầu, theo Tâm đi vào giấc ngủ.

*

Thằng bé đã bốn tuổi, quấn quít suốt ngày bên bà ngoại. Ngược lại, mẹ Tâm cũng không rời cháu nửa bước, hai bà cháu như hình với bóng. Thằng bé gần gũi bà hơn mẹ. Tâm rất thương con song công việc đa đoan, vài ba hôm mới về nhà. Hơn một lần Tâm nói với mẹ,

"Con muốn ở nhà hẳn để lo cho cu Thuận."

Bà bảo,

"Mẹ không làm được việc nặng nhưng việc nhẹ như thế này khiến mẹ vui, khỏe ra. Con còn năng lực, hãy tiếp tục công việc đang làm, vừa giúp những kẻ cần giúp, vừa tích đức cho con sau này."

Nửa tháng qua Tâm cùng nhóm thiện nguyện phải trông coi, góp sức cùng tốp nhân công cất ba ngôi nhà nhỏ cho ba gia đình nghèo, và hai cây cầu xi măng bắt qua con rạch rộng tại một vùng quê hẻo lánh. Những cây cầu này, xe đạp và gắn máy đều có thể qua lại, thay thế loại cầu khỉ từ bao đời nay nối liền các thôn xóm, làng xã ở vùng đất chằng chịt sông rạch, tuy thơ mộng, gợi hứng cho giới văn nghệ sĩ vẽ vời, soạn nhạc, làm thơ, nhưng bất tiện, nhất là trẻ em đến trường trong mùa đông mưa bão. Công việc nặng nhọc mà vui. Cậu con trai có bà mẹ và chị bị bệnh tâm thần vẫn lầm lì kiệm lời song đã là một thành viên tốt, luôn chu toàn mọi công tác được giao. Xong việc, cậu ra ngồi lặng lẽ một góc, mắt đăm chiêu hướng về nơi nào đó. Tâm hiểu vết thương trong tâm hồn cậu quá sâu, không dễ dàng gì một sớm một chiều khép miệng, tuy nhiên Tâm hy vọng thời gian như liều thuốc vạn năng, cậu con trai dần dần sẽ lấy lại quân bình.

Hôm nay công việc đã gần như hoàn tất, Tâm về nhà vui với con và mẹ.

Sau bữa cơm tối Tâm vào giường sớm, mười lăm ngày sinh hoạt cùng tập thể tuy vui nhưng khá tổn sức, thời gian ở nhà như một hình thức bồi dưỡng, nhất là được bên con, âu yếm con. Tiếng xe gắn máy vụt qua ngoài đường lôi Tâm ra khỏi giấc ngủ sâu, Tâm xoay qua siết nhẹ vòng tay quanh tấm thân bụ bẫm, hít thật sâu mùi da thịt trẻ thơ. Thằng bé vẫn chìm trong giấc ngủ. Đôi mắt khép, hai hàng lông mi dài, chiếc mũi nhỏ, vành môi quai xách, hình ảnh Luân lại tái hiện. Bao lâu rồi nhỉ từ ngày thôi liên hệ? Luân vẫn hạnh phúc bên vợ con? Tâm cố nén tiếng thở dài. Dù biết rất rỏ tình cảnh nhưng tận đáy sâu tâm hồn, Tâm vẫn mơ mộng không tưởng một phép lạ nào đó làm thay đổi hiện trạng, để Luân là một thanh niên chưa vướn bận thê nhi, để mối tình giữa hai người và đứa con sẽ là kết hợp vẹn toàn. Tâm nhớ những ước mơ buổi mới quen nhau. Tâm nhớ ngọn đồi thấp, cội tùng lá thưa, vô số giọt nắng rơi trên nền đất lổn nhổn đá cuội, dưới sâu biển xanh thẳm, bờ cát tiếp giáp chân ngọn đồi chập chùng ghềnh đá, những cánh hải âu lượn chậm trên mặt nước, thỉnh thoảng lao nhanh xuống, rồi vút lên cùng con cá vẫy vùng tuyệt vọng, loáng bạc giữa nắng trưa. Tâm nhớ vòng ôm quanh eo ếch, đầu Luân gục vào lưng và giọng lè nhè nồng nặc hơi men, "Anh chưa say, dễ gì say..." Tâm nhớ trên sofa ngoài phòng khách, bàn tay Luân chu du trên những vùng thịt da nhạy cảm, những ngón tay táy máy vào sâu khe trũng sũng nước, miệng Luân tham lam trên môi và hai bầu vú săn cứng dậy thì khiến Tâm mụ mẫm, mở toang cánh cửa cảnh giác, mặc tình cho Luân biến cô trinh nữ thành đàn bà. Tâm nhớ lần đầu gối chăn dẫn đường cho lần sau, nhiều lần sau nữa, đưa đến kết quả một chủng tử thành hình trong ổ bụng. Tâm nhớ mọi hứa hẹn và hy vọng cho tương lai nạm vàng nhất định sẽ đến.

Và rồi Tâm nhớ vòng tay Luân quanh eo ếch dìu vợ lên xe, tiếng cười của bé gái, cửa đóng, chiếc Toyota rời lề, nhanh chóng khuất bóng. Tâm nhớ ngôi quán nhỏ, cảm giác tê điếng, ngực tức nghẹn, tim nhói đau, nghẹt thở. Sự thật phũ phàng quá khiến Tâm không thể đứng lên ngay, mãi đến lúc tiếng còi xe ngoài lộ lôi Tâm về thực tại. Tâm nhớ những ngày vật vả tiếp theo, Tâm nuôi lớn ý muốn từ bỏ trần gian để chấm dứt khổ đau ngày đêm cào xé tâm can. Tâm nhớ khuôn mặt mẹ tím tái và những chì chiết cay chua. Tâm nhớ những ngày tưởng chừng sẽ không bao giờ nữa tìm thấy nụ cười.

Tâm nhớ tiếng khóc chào đời của đứa bé. Tâm nhớ cảm giác lần đầu làm mẹ, nhìn thằng bé nhắm mắt ngủ say, nhìn những sợi tóc như tơ thừa ra sau chiếc mủ len phủ gần kín vầng trán rộng, nhìn lồng ngực bé nhỏ phập phồng lên xuống, trong Tâm trỗi dậy cảm giác vừa yêu quí vừa tủi thân. Tình thương sẽ trọn vẹn biết bao nếu đứa con có đủ mẹ cha. Tâm lo sợ, theo kinh nghiệm của các người cao tuổi, một đứa trẻ thiếu cha không khác chồi non trong bão táp, hoặc chúng sẽ bướng bỉnh, hư hỏng vì thiếu cái nghiêm khắc, mạnh mẽ của người cha, hoặc trở nên ủy mị, ẻo lã, kém nam tính vì được cưng chìu, chở che thái quá của người mẹ. Từ lúc còn thiếu nữ Tâm không tin vào cái gọi là "kinh nghiệm" của các bậc cao niên. Kiến thức và suy nghĩ đã cho Tâm kết luận: nhân cách một người hình thành phần lớn do giáo dục và do cái *gen* được kế thừa từ cha mẹ. Trong mỗi chúng ta đều mang hai loại *gen*: tốt và xấu. Nếu đứa trẻ may mắn hấp thụ được *gen* tốt, sẽ sáng dạ, ngoan hiền, lớn lên sẽ thành đạt. Ngược lại nếu chẳng may thừa hưởng *gen* xấu, nguy cơ cậu bé sẽ là nỗi bất hạnh cho người thân. Điều này, theo Tâm, lý giải tại sao trong một gia đình đông con, có đứa thông tuệ, hiếu thảo, học hành đỗ đạt, công thành danh toại, lại có đứa hư hỏng, ngu muội, hung bạo, nhân phẩm tồi tệ. làm khổ không ít mẹ cha. Từ ngày có con, nhìn thằng bé lớn lên từng ngày, tỉ lệ thuận với nỗi lo âu bắt nguồn từ "kinh nghiệm" của những người đi trước, Tâm hoang mang, mình đúng hay các bậc cao tuổi đúng?

Tâm rời giường vào buồng tắm làm vệ sinh rồi xuống bếp sửa soạn bữa ăn sáng cho bà cháu và mình. Mẹ cũng vừa dậy,

"Hôm nay cô ở nhà chơi với con, lát nữa mẹ lên chùa."

"Dạ, khi về mẹ nhớ mang cho con một phần cơm chay. Mấy tháng nay ăn cơm chùa đã quen, giờ nhìn thịt cá, sợ quá."

"Đi tu được đấy."

Tâm nói,

"Sư bà bảo chưa phải lúc."

"Không sai, ngữ cô, vào chùa sớm nhỡ hối hận lại phải xuất!"

"Mẹ!"

Điểm tâm xong, đợi đến 10 giờ mẹ đón xe ôm rời nhà. Nắng lên cao đẩy bóng râm ngôi nhà phủ nửa vuông sân xi măng. Tâm vừa chơi với con vừa đọc tiếp tập ghi chép của sư bà. Xế trưa, chuông reo, Tâm mở cửa. Luân.

Đã gần năm năm, chàng trai vẫn như ngày nào, mái tóc dài cột đuôi ngựa, vầng trán cao, sống mũi thẳng, miệng rộng, hai mép môi vểnh, áo sơ mi sẫm màu, cúc trên cùng mở rộng. Dáng vẻ lãng tử. Tâm bàng hoàng, nhất thời không biết phải phản ứng thế nào. Luân ngập ngừng hỏi,

"Em khỏe chứ?"

Thằng bé thấy người lạ vội ôm chân mẹ, ngước nhìn bằng cặp mắt mở to không chớp, cùng lúc Luân cũng thấy nhận ra giọt máu của mình đã trở thành hiện thực bằng xương thịt, không đợi Tâm trả lời, Luân vội dang rộng hai tay,

"Lại đây nào…"

Thằng bé càng ôm chặt chân mẹ vẻ hoang mang. Luân lại lên tiếng,

"Lại đây… con của ba…"

"Nó không phải con anh."

Tâm nói, giọng gay gắt, đồng thời cúi xuống bế thằng bé. Luân nhỏ giọng,

"Thôi mà em…"

Tâm cảm thấy ngực tức nghẹn, dù đã cố nhưng vẫn không giữ được bình tỉnh,

"Ba nó đã chết!"

"Em nói vậy mà nghe được à?"

Tâm mỉa mai,

"Không phải sao ông độc thân cô đơn?"

"Anh có lỗi với em."

"Anh chẳng có lỗi gì, tôi cả tin, ráng chịu!"

Tâm biết càng nói càng chứng tỏ vết thương mưng mủ bấy lâu nay bùng vỡ. Lòng tự trọng không cho phép Tâm tỏ thái độ hèn yếu, bi lụy. Cố lấy lại bình tỉnh, Tâm hạ cường độ cay đắng,

"Xin lỗi, nhưng mà tôi không nói sai, bằng chứng nó mang họ tôi, không tin tôi sẽ đưa giấy khai sinh anh xem."

"Em…"

"Mọi chuyện đã kết thúc, tôi xin anh hãy để cho mẹ con tôi yên, đừng bao giờ nữa đến đây."

Cơn đau nghẹn khiến trái tim muốn vỡ. Bình tĩnh… bình tĩnh… Tâm tự vỗ về, sẽ chẳng thể cứu vãn, cay đắng nào ích gì, chỉ chứng tỏ sự thua bại.

Thằng bé bỗng nói, giọng ngọng nghịu,

"Mẹ… con muốn tè…"

Tâm cầm nấm cửa định khép, Luân giữ lại,

"Em… nghe anh nói…"

"Giữa chúng ta không còn gì để nói, mong anh hãy tôn trọng tôi."

Tâm mạnh tay khép cửa, Luân hốt hoảng,

"Nghe anh nói.

Tâm không trả lời, xoay nấm khóa và bế con vào phòng vệ sinh. Qua cánh cửa đóng, Luân luôn miệng, giọng như muốn khóc,

"Nghe anh nói mà…"

Cho con tè xong, Tâm trở ra ngồi xuống sofa, bên ngoài Luân vẫn không ngớt gào kêu. Tâm cố nén nhưng nước mắt vẫn trào, thằng bé đứng dưới nền gạch, ôm chân Tâm ngước nhìn,

"Mẹ, sao mẹ khóc?"

Tâm không trả lời, cúi bế con lên đặt ngồi cạnh. Giọng Luân khàn đục tiếp tục dội vào tai, Tâm bật khóc uất nghẹn vô phương kèm giữ. Thằng bé hốt hoảng, mếu máo,

"Mẹ..,. mẹ…"

Tâm cắn răng nuốt cơn khóc, vòng tay ôm con, vuốt tóc,

"Không có gì… không có gì… ngoan nào…"

Dễ chừng gần hai tiếng mặc Luân gào kêu, Tâm vẫn không mở cửa. Tuyệt vọng, Luân ngồi bó gối trên nền ci măng, dựa lưng vào tường, mắt cay xé, miệng khô đắng. Trưa đứng bóng, nắng loang loáng mặt lộ ngoài hàng rào. Bầu khí yên bình, đối lập hẳn nội tâm Luân, cuộn sóng.

Năm năm về với gia đình, càng đầm ấm bên vợ con, lòng Luân càng tan nát. Nhớ Tâm, băn khoăn không biết đứa bé ra đời là gái hay trai? Mẹ góa con côi sẽ sống ra sao? Bao nhiêu lần Luân muốn trở lại nhưng chần chừ mãi. Lỗi lầm của mình lớn quá, biện minh cách nào thì cũng chỉ là cách chạy tội loanh quanh, Luân hình dung và hiểu rất rõ điều ấy. Thời gian lừng lửng trôi qua, chẳng những không nhạt phai, trái lại mong muốn gặp Tâm và đứa bé, giọt máu kết tinh từ tình nghĩa ái ân. Mâu thuẫn giữa lý trí và tình cảm đẩy Luân vào thế tiến thoái lưỡng nan, gặp cũng dở, trốn chạy càng tệ. Cuối cùng không chịu đựng nổi tình trạng nửa vời, mặc, dù thế nào cũng chấp nhận, Luân đánh liều tìm về để rồi kết quả như thế này!

Thêm vài lần nữa van nài. Cánh cửa vẫn im ỉm.

Đói, khát, đau đớn, Luân hiểu sẽ không hy vọng Tâm mềm lòng nên đành ra phố tìm khách sạn có restaurant. Suốt buổi chiều đến khuya một mình với chai rượu mạnh và đĩa mồi, Luân vừa uống vừa nghĩ bằng mọi cách phải gặp Tâm và con. Luân loay hoay mãi, quên hẳn thời gian, vẫn chưa tìm ra phương án khả thi. Đến khi nhìn lên chiếc đồng hồ lớn trên tường, sau quầy tiếp tân, hơn một giờ đêm. Chai rượu đã cạn và cũng đã mềm môi, Luân về phòng ngã vật ra giường. Ngày mai, ngày mai..., Luân lảm nhảm, trước khi chìm vào giấc ngủ chập chờn.

*

Thằng bé đòi xem phim hoạt hình sau khi đã cơm nước, Tâm bật TV, thằng bé chăm chú theo dõi chú chuột Jerry và cậu mèo Tom, thỉnh thoảng cười rộ. Nắng xế, Tâm lắng nghe, rất lâu không còn tiếng Luân, Tâm bước đến nhẹ tay hé cửa, Luân đã đi. Chưa ăn cơm nhưng vẫn không thấy đói, Tâm thừ người trên sofa suy nghĩ, nhất định Luân sẽ trở lại. Lòng Tâm rối bời, không thể trốn tránh mãi. Phải làm cách nào? Tâm không ngừng tự hỏi.

Nhược điểm lớn nhất của Tâm là yếu lòng và biết tận đáy lòng hình ảnh Luân vẫn còn tồn tại. Công việc đa đoan giúp Tâm nguôi quên, nhưng lúc rỗi rảnh Luân lại trở về! Tâm giận Luân không? Có! Còn giận tức còn yêu. Nhưng với hoàn cảnh hiện tại, Tâm không thể làm gì khác hơn chấp nhận thua thiệt. Tâm gọi cho mẹ, tóm lược sự việc, mẹ bảo sẽ về ngay, Tâm hãy lên chùa thay bà. Mọi chuyện để mẹ giải quyết!

Sáng hôm sau, rất sớm, Luân trở lại, mẹ Tâm ra mở cửa,

"Cậu Luân, mời."

Mẹ Tâm đứng nép sang bên nhường chỗ, Luân lúng túng vì bất ngờ,

"Thưa bác."

Mẹ Tâm lặp lại,

"Mời."

Luân bước qua ngưỡng cửa, lòng hoang mang, biết sắp đối đầu với một tình huống gay go.

"Cậu ngồi kia."

Mẹ Tâm chỉ chiếc sofa, Luân ngồi xuống, vẻ lúng túng. Đảo mắt nhìn quanh, không thấy Tâm và con. Mẹ Tâm như đoán biết Luân đang nghĩ gì, bà lên tiếng,

"Tâm không có nhà, thằng bé còn ngủ."

Mẹ Tâm đến kéo màn cửa sổ, nắng lụa ban mai rải tràn vuông sân nhỏ. Bà trở lại mở tủ lạnh lấy chai nước lọc đẩy về phía Luân, và vô đề ngay,

"Chuyện giữa cậu và con gái tôi lẽ ra tôi không nên xen vào, cả hai đều trưởng thành, đủ thẩm quyền tự quyết. Tuy nhiên Tâm bảo không muốn gặp cậu nữa, lòng nó đã quyết, nên nhờ tôi thay mặt lặp lại ý muốn của nó, từ nay mong cậu đừng gây phiền phức nữa cho mẹ con nó."

"Con xin lỗi..."

Mẹ Tâm lắc nhẹ đầu,

"Xin lỗi bây giờ ích gì, chỉ mong cậu hãy để mẹ con nó yên."

"Con biết dù có nói gì cũng không thể biện minh cho lỗi lầm đã gieo, nhưng con yêu Tâm là điều có thực."

Mẹ Tâm cười nhạt,

"Yêu! Cậu không ngượng mòm à? Thế vợ con cậu để đâu? Hay cậu muốn lập phòng nhì? Xin lỗi, con tôi nhan sắc không tệ, lại có ăn học và còn trẻ, đủ điều kiện để có một tấm chồng tử tế nếu nó muốn."

Làm thế nào bây giờ? Luân ngồi bất động, tâm trạng rối bời. Cuối cùng đành lên tiếng,

"Con muốn gặp thằng bé…"

"Nó đang ngủ."

Luân lặp lại ý muốn, giọng van nài,

"Bác vui lòng…"

"Tốt nhất cậu không nên gặp, sẽ khiến mọi chuyện thêm rắc rối."

Mẹ Tâm nhìn Luân, tiếp,

"Cậu yên tâm, chúng tôi tuy không giàu vẫn đủ khả năng nuôi nấng, dạy dỗ nó đàng hoàng. Sau này khi đã trưởng thành nó nhận cha hay không là quyền của nó, chúng tôi không quản, mà quản cũng chẳng được. Thôi cậu về đi."

Mẹ Tâm ra mở cửa chờ, Luân biết mọi chuyện đã vô phương cứu vãn. Lòng đau, tim thắt, đành rời chỗ ngồi, chào mẹ Tâm, ra lề đường vẫy taxi.

Vẫn còn sớm, đường phố chưa đông, nhiều cửa tiệm còn cửa đóng, một chiếc xe van đầy khách, có lẽ từ ngoại thành vào, tiếng động cơ bành bạch phá tan bầu khí yên tĩnh.

Luân đến quán quen ngoài bờ sông, gọi cà phê. Quán vắng. Mặt sông lăn tăn sóng nhỏ. Luân nhấp chậm từng ngụm chất đắng ấm nóng, đưa mắt nhìn vu vơ. Con lộ rộng thẳng tắp từ quản trường *Chiến Thắng* với quần thể tượng đài bằng đồng – tác phẩm của một điêu khắc gia tài danh – vươn cao ngạo nghễ, chạy ngang qua cửa quán. Bên kia sông nổi rõ trong nắng mai những mái nhà rực sáng màu ngói đỏ và màu tường trắng thấp thoáng sau bờ cây xanh. Nhớ buổi tối ngày nào cùng Tâm, cũng chỗ ngồi này, đã nói với nhau bao nhiêu chuyện. Nhớ giọng cười thủy tinh. Nhớ đôi mắt to tròn. Nhớ suối tóc đen chảy tràn hai vai. Nhớ khung ngực thanh tân nhô cao từ ngấn cổ dài đổ xuống. Nhớ vòng cổ áo phông rộng khoe sợi dây chuyền mặt trái tim khắc nổi hai chữ LT lồng vào nhau lấp lánh giữa vùng lõm thịt da trắng mịn, quà tặng của Luân nhân sinh nhật Tâm bước vào tuổi hai mươi hai. Nhớ bàn tay ngón thuôn cầm hờ chiếc thìa nhôm khuấy chậm ly đá chanh… Kỷ niệm như dòng suối mùa lũ, chảy tràn, cuồn cuộn. Và làm sao xóa quên hình ảnh bé trai, một phần huyết thống, tuy chỉ gặp thoáng qua nhưng ghi đậm trong lòng Luân vóc dáng bụ bẫm, sáng lán, khôi ngô. Nó sẽ lớn khôn, sẽ vào đời, thiếu vòng tay bảo bọc của cha, thằng bé nên hư thế nào? Con yêu, bố có lỗi với con và mẹ Tâm!

Luân thấy ngực tức nghẹn. Phải chi khóc được, hắn nhẹ lòng!

*

Ngày đầu thay mẹ lên chùa Tâm một lần nữa diện kiến sư bà.

Buổi trưa Tâm mang phần ăn vào cho sư bà theo yêu cầu của ni sư trưởng ban ẩm thực.

Sư bà nhận ngay ra Tâm, thiếu nữ từng xin gia nhập tăng đoàn.

"Con vẫn còn nuôi ý muốn xuất gia chứ?"

Tâm lúng túng,

"Bạch, con… con…"

"Có điều khó nói à?"

Im lặng hồi lâu rồi Tâm ngập ngừng tóm tắt chuyên

Luân trở lại gặp mẹ con Tâm, cùng nỗi hoang mang, không biết phải xử sự thế nào?

Sư bà đều giọng,

"Cuộc đời mỗi người đều có riêng một phần số: sang, hèn, giàu, nghèo, đẹp, xấu, thiện, ác.... Theo Phật giáo, đó là kết tập mọi nhân lành hoặc dữ từng xảy ra ở nhiều kiếp trong quá khứ, ngay cả việc con chọn hướng nương thân cửa Phật hay tại thế chồng con bình thường vẫn không nằm ngoài qui luật nhân quả."

Tiếng chuông ngoài chánh điện từng hồi chậm rải vang ngân, mùi khỏi hương thoang thoảng. Gió hú ngoài vòm cao cách chỗ ngồi của sư bà khoảng hai mươi mét, những dây leo rũ xuống nở đầy bông trắng tắm trong nắng đong đưa nhè nhẹ. Tuy đang hè không khí bên trong vẫn mát dịu. Một con chim sà bay vào đậu trên mõm đá cạnh dòng suối nhỏ, cất tiếng ríu rít, ngiêng đầu nhìn quanh rồi vụt bay lên ra khỏi hang, mất hút.

Sư bà đưa tay sửa vạt cà sa vắt ngang vai, tiếp,

"Việc phải đến sẽ đến, nó nằm ngoài ý muốn của ta."

"Con cũng hiểu thế."

"Vậy gắng bình tĩnh."

Tâm thở dài,

"Đối diện anh ta, sự bi phẫn trào lên làm tim con đau nhói, vậy mà khi anh ta đã ra đi, một mình cô quạnh, lòng con quặn đau, tự hỏi hàng trăm lần, có nên liên hệ lại, dù biết điều ấy là không thể, sẽ kéo theo bao nhiêu tai ương, cho bản thân con lẫn gia đình anh ta."

"Đã biết thế thì phải gắng chế ngự cảm xúc. Những lúc chao đảo con hãy ngồi yên, thở sâu, cố giữ đầu óc trống rỗng. Không dễ nhưng phải kiên định. Ngay cả ni sư, từ ngày bước chân vào cửa thiền đến nay đã ngót sáu mươi năm, thế mà vẫn chưa loại trừ hẳn mọi tà kiến và chưa buông bỏ dứt khoát mọi ngã chấp, huống gì con."

Sư bà chỉ cái chén trên mâm cơm,

"Tâm chúng ta nào phải cái chén này, bẩn, chỉ cần rửa sẽ sạch. Hãy tập quên, dĩ nhiên ngày một ngày hai không thể, song thời gian sẽ giúp con."

Tâm ngồi thêm một lát rồi chào sư bà trở xuống gian bếp. Nhìn mọi người tất bật với công việc, nhìn ba lò lửa cháy đỏ, nhìn các nồi súp sôi sùng sục, nghe tiếng đối thoại giữa hai ni sư và vài thiếu phụ thiện nguyện, Tâm thấy tất cả như xa lạ, làm sao họ biết được âu lo đang dậy sóng trong lòng Tâm. Mẹ sẽ xử trí thế nào khi Luân trở lại? Tâm muốn gọi điện thoại về hỏi thăm sự tình nhưng nghĩ có lẽ mẹ đang nói chuyện với Luân, nên thôi. Tâm không khác người mất hồn, ngơ ngẩn.

Một ni sư lên tiếng khi thấy nước tràn ra khỏi chậu rau Tâm đang rửa,

"Tâm!"

Giật mình nhìn xuống, nước lênh láng sàn ci-măng,

Tâm vội đưa tay khóa vòi,

"Ồ, con xin lỗi."

Ni sư mĩm cười,

"Đang nghĩ gì mà thừ người ra thế?"

Tâm cũng mĩm cười đáp lễ nhưng không trả lời.

Tín đồ từ chánh điện bắt đầu xuống thọ trai, Tâm vội rửa xong chậu rau rồi vào phụ dọn bàn phục vụ.

Một thiếu phụ vừa bước vào phòng ăn, dáng đẩy đà. Bà ta nhìn và hỏi Tâm, giọng vui,

"Cần tôi phụ gì không?"

"Không ạ, chỉ mong bà dùng bữa ngon miệng là chúng tôi thích rồi. Hôm nay có món bún riêu, ngon lắm."

Công việc giúp Tâm tạm quên mọi chuyện. Xế chiều Tâm gọi hỏi sự tình, sau khi thuật lại buổi gặp mặt, mẹ kết luận,

"Mẹ nghĩ chuyện chưa kết thúc đâu."

Tâm cũng linh cảm thế, thể nào cũng sẽ có nhiều chuyện xảy ra trong tương lai gần.

Quả vậy, từ hôm trở về, Luân trở nên ít nói, nhiều lúc ngồi bất động ngoài hành lang hàng giờ, đăm chiêu. Nhã Quyên nhận thấy khác lạ, hỏi. Luân lúng túng quanh co. Không thỏa mãn trước những câu trả lời lấp lửng, Nhã Quyên vặn lại nhiều lần, cuối cùng Luân đành thú nhận. Nhã quyên quá đỗi bất ngờ, đau đớn. Người chồng bao năm qua những tưởng gương mẫu, hết lòng thủy chung, thương yêu vợ con! Nhã Quyên nằm vùi hai ngày không ra khỏi phòng, Luân hết lời năn nỉ, sám hối. Chuyện đã dỉ lỡ, li dị chăng? Cha mẹ, con cái, tiếng tốt xưa nay từ người thân, họ hàng, bè bạn, chả lẽ vạch áo cho người lưng? Li dị, không thể! Phải làm cách gì bây giờ? Nhã Quyên suy nghĩ rất lâu, cuối ngày thứ hai nàng ra khỏi phòng, Luân đang ngồi u sầu trong lòng chiếc sofa đơn ngoài phòng khách. Cố lấy giọng bình tỉnh, Nhã Quyên hỏi,

"Anh tính thế nào?"

Luân im lặng hồi lâu trưới khi ngập ngừng lên tiếng,

"Đứa bé dù sao cũng là máu mủ. Mẹ nó anh có thể xa, nhưng đứa bé…"

"Anh muốn đón về đây?"

"Thứ nhất, không dễ gì Tâm chịu, thứ hai, phải ăn nói làm sao với mọi người, thứ ba (Luân lại ngập ngừng), em…"

"Thứ nhất, tuy khó nhưng cũng có cách, thứ hai, dễ thôi, mùa đại dịch vừa qua, không thiếu trẻ mồ côi, cha mẹ đều mất vì vướng bệnh, đứa bé này cũng thế, mình nhận làm con nuôi, thứ ba, đứa bé là máu mũ của anh, em lại không thể sinh nữa, chúng ta đều muốn có thêm đứa con trai, nhận nuôi nó là hợp lý.."

Nhã Quyên nhìn Luân hồi lâu trước khi tiếp tục,

"Nhưng quan trọng nhất, anh hứa sẽ không quan hệ

nữa với cô ấy, được chứ"

Luân đưa tay nắm bàn tay vợ bóp nhẹ, giọng tha thiết,

"Anh hứa, cảm ơn em."

Cuối tuần Nhã Quyên lặng lẽ lên phi cơ tìm đến nhà Tâm.

Hàng ngày Tâm vẫn liên lạc với mẹ qua điện thoại, câu nói gần như không lần nào Tâm không lặp lại,

"Con nhớ cu Thuận quá."

"Ừ, mai mốt lên chùa, chắc tao cũng sẽ nhớ nó, thằng bé dễ thương làm sao."

Sáng chủ nhật mẹ Tâm định đưa cháu vào sở thú dạo chơi, đang chuẩn bị rời nhà thì có tiếng gõ cửa. Mẹ Tâm ra mở, đối diện, một thiếu phụ trẻ không quen,

"Cô muốn tìm ai?

Nhã Quyên thấy thằng bé ôm chân bà già ngước nhìn, đoán có lẽ con của Luân,

"Thưa, con muốn gặp Tâm."

"Nó không có nhà."

"Thưa, bao giờ cô ấy về ạ?"

"Có lẽ tuần sau."

"Tiếc quá, con có việc quan trọng cần gặp."

"Tôi là mẹ Tâm."

Ngập ngừng vài giây, Nhã Quyên quyết định,

"Thôi cũng được, bác có thể cho con vào nhà?"

Mẹ Tâm nhích người sang bên,

"Mời cô."

Qua vài đối thoại xã giao, Nhã Quyên đi ngay vào vấn đề, tự giới thiệu mình là vợ Luân,

"Bác chẳng lạ gì, đàn ông xa nhà thường nhăng nhít ngoài luồng, chồng cháu không ngoại lệ. Cháu không nói đến chuyện đúng sai của người lớn, chỉ xin bác nghĩ, đứa bé này không cha, cháu muốn xin bác và Tâm cho con mang về."

"Mẹ nó mang nặng đẻ đau, chưa kể tai tiếng bà già này và con Tâm phải gánh, nay mọi chuyện đã ổn, cô lấy tư cách gì đòi bắt thằng bé?"

"Thưa, có hai lý do, một, về với chúng con thằng bé đủ điều kiện ăn học, hai, cô Tâm sẽ lấy chồng, thằng bé sẽ là trở ngại."

Mẹ Tâm cười nhạt,

"Cô chê gia đình chúng tôi không đủ sức lo cho thằng bé ư? Xin lỗi, cô đánh giá chúng tôi thấp quá. Còn chuyện chồng con, ai bằng lòng lấy con tôi hẳn cũng sẽ bằng lòng coi thằng bé như con đẻ."

"Nhưng cha dượng, con ghẻ..."

"Thế về với cô nó không là con ghẻ sao?"

Nhã Quyên cười,

"Thời bây giờ chuyện dì ghẻ con chồng chỉ có trong tiểu thuyêt hay kịch cọt, phim ảnh. Vả lại (Nhã Quyên tiếp một hơi dài), con chỉ có một cháu gái, nếu có thêm thằng bé, gái trai đầy đủ, còn gì bằng. Xin bác bằng lòng. Thú thực với bác, sau khi sinh bé gái, cháu bị bệnh nan y phải cắt bỏ buồng trứng, vợ chồng cháu rất muốn có thêm một đứa con trai, nhiều lần chúng cháu định xin con nuôi, nay có thằng bé cùng huyết thống với chị nó, vợ chồng cháu vui lắm, cháu hứa với bác sẽ thương yêu nó như con ruột."

Ngập ngừng một lúc Nhã Quyên lục túi xách lấy ra cọc tiền dày đặt lên bàn,

"Đây không phải việc mua bán, chỉ là chút lòng thành của vợ chồng con, mong bác nhận."

Mẹ Tâm đứng bật dậy, lắp bắp,

"Cô… cô… Mời cô ra khỏi nhà tôi."

Bà chỉ cọc tiền, giọng phẫn uất,

"Tiền của cô nữa, cầm về đi."

"Bác bình tĩnh nghe cháu nói."

Mẹ Tâm rít qua kẻ răng,

"Cút ngay."

Nhìn vẻ mặt và thái độ của bà già, Nhã Quyên biết sẽ không thể thương lượng, nàng tự trách, mình vụng về quá.

Khép mạnh cánh cửa khi thiếu phụ trẻ vừa rời khỏi, mẹ Tâm lại sofa ngồi lặng, dù cố kìm nước mắt vẫn trào ra. Người ta đánh giá nhân cách mẹ con bà rẻ rúng thế sao? Thằng bé hốt hoảng,

"Ngoại… ngoại…"

Khép

Những điều chẳng thể hiểu vì
Hợp tan bất khả tư nghì đời quên
phm (bất khả tư nghì)

Mẹ gọi điện thoại thuật lại sự việc, Tâm nghe xong, vừa uất nghẹn vừa lo sợ, chắc chắn vợ chồng Luân sẽ trở lại. Tâm hỏi mẹ,

"Làm thế nào bây giờ?"

Im lặng non nửa phút, Tâm nghe mẹ thở dài,

"Đổi chỗ ở, không còn cách nào khác."

"Ngày mai con phải theo nhóm thiện nguyện đến ủy lạo vài nơi trong và ngoài thành phố, xong việc con về ngay rồi tính."

Tâm hiểu đổi nơi cư trú chỉ là giải pháp tạm thời, sớm muộn cũng sẽ bị phát hiện. Lúc bấy giờ buộc phải nhờ pháp luật can thiệp, phân xử ai được quyền nuôi dưỡng thằng bé, đồng nghĩa với chuyện sẽ còn hệ lụy với gia đình Luân thời gian dài, ít nhất cho đến khi thằng bé trưởng ành.

Suốt đêm Tâm chập chờn, giác ngủ không sâu, nhiều

lần thức giấc cảm nghe thân xác nhượt rã, lòng dạ nát tan. Tâm không ngờ chuyện nhanh chóng trở thành tồi tệ. Người thanh niên một thời cùng Tâm chia nhau bao mặn nồng bỗng trở nên tên sở khanh khi Tâm khám phá ra gã đã có vợ có con. Đau đớn, buồn tủi nhưng Tâm vẫn nghĩ, dù thế nào thì quan hệ mật thiết xưa kia nếu không đọng lại trong tâm hồn gã những ký ức đẹp, thì cũng không đến nỗi phủ phàng như đã. Té ra Tâm chỉ là quán trọ qua đường, tệ hơn, một quán trọ tồi tàn không đáng quan tâm. Gã đã thú tội với vợ, và cô ta đã tìm đến tận nhà Tâm, mua lại đứa con không may ra có mặt trên cõi đời này. Còn khốn nạn nào hơn!

Càng nghĩ nỗi đau càng bóp nghẹt trái tim.

Gần sáng, mệt quá, Tâm rơi vào giấc ngủ nhọc nhằn, nhưng chỉ chừng vài mươi phút, để rồi thức dậy khi mặt trời chưa lên, bên ngoài sương mù đậm đặc, tiếng chim ríu rít vang động bầu khí tĩnh lặng vốn dĩ. Ngoài chánh điện tiếng mõ cùng thời kinh sáng của các ni sư trầm trầm đều nhịp. Làm vệ sinh và điểm tâm xong, Tâm xuống cửa tiệm bán hương trầm và các vật phẩm cho khách hành hương dưới chân núi, cũng là nơi đặt điểm tập trung của nhóm thiện nguyện.

Mọi người đã tề tựu đông đủ. Trưởng nhóm kiểm tra lần cuối nhân sự và đồ cứu trợ rồi ra lệnh xuất phát. Chiếc xe Van chạy êm, tiếng nói cười của tám thành viên chưa kể tài xế kiêm trưởng nhóm không ngớt ầm ỉ, át cả tiếng động cơ.

Điểm đầu tiên nhóm đến là viện dưỡng lão nằm rìa thành phố, do nhà nước quản lý, miễn phí. Hầu hết người già ở trung tâm này đều thuộc thành phần cùng đinh, gia đình không lo nổi phải gửi vào, hoặc vô gia cư, lang thang đầu đường xó chợ xin ăn, công an gom về.

Viện gồm hai dãy nhà chạy dài hai bên một sân cỏ hẹp, mỗi dãy gồm mươi phòng diện tích nhỏ, chỉ vừa đủ kê ba giường đơn. Hai phòng một buồng vệ sinh. Khu viện cũ kỷ, tường đã lâu chưa sơn lại, xỉn màu, tróc lở. Dù có người phụ trách vệ sinh hàng ngày nhưng mùi hôi thối vẫn ngập không khí vì các thùng rác đặt trước cửa mỗi phòng đầy tả nhầy nhụa phân, nước tiểu, chỉ được đẩy đi lúc chập tối. Qua tìm hiểu nhóm được biết chế độ ăn uống của viện rất kém. Ngày ba bữa, sáng lát bánh mì sandwich, tách cà phê nhạt, trưa và chiều, chén canh cải hoặc rau muống với vài con tép khô, bốn miếng thịt ba chỉ hoặc khoanh cá mối kho, mỏng và ương, không lớn hơn ba ngón tay . Nếu bệnh không dùng cơm được người ta thay thế bằng bát cháo lỏng với dưa muối mặn chát. Chế độ ẩm thực này do nhà thầu đảm trách. Nói đến nhà thầu ai cũng hiểu, để có lợi nhuận lớn họ thường cấu kết ăn chia với nhân sự lãnh đạo rút từ tiền nhà nước cấp cho mỗi đầu người. Tệ hại nhất là gần nửa đều trong tình trạng gần đất xa trời, tiếng rên la suốt ngày đêm, đái ỉa tại chỗ, ảnh hưởng lớn đến tinh thần và sức khỏe người còn mạnh. Với chế độ dinh dưỡng này kèm mất ngủ, thiếu thuốc men, vệ sinh kém, các bô lão nhanh chóng suy kiệt, dẫn đến cái chết không lâu sau khi nhập viện. Ngày nào cũng có người được đẩy xuống nhà xác.

Sau khi phát một số phẩm vật cần thiết, nhóm sang một vài điểm khác, khá hơn. Những nơi này của tư nhân được nhà nước tài trợ một nửa. Nói khá hơn nhưng xét chung vẫn rất cần cải thiện nhiều thứ.

Trời ngã sang chiều, nhóm sẽ đến thăm một nơi nữa trước khi trở về điểm xuất phát.

*

Mẹ và cô em gái của Nhân đáp phi cơ ra ngay thành phố có bệnh viện Nhân đang hấp hối khi nhận được tin. Nhìn con da bọc xương nằm bất động, hai mắt lõm sâu, môi khô nẻ, ống cao su luồng xuống phổi qua miệng, bà mẹ nhào tới ôm chầm, bật khóc,

"Con ơi, sao ra nông nỗi này."

Hạnh, cô em bụng đã lớn, cũng rơm rớm nước mắt,

"Anh Nhân."

Viên bác sĩ và một y tá vào phòng,

"Bà là mẹ cậu này?"

"Dạ, con tôi thế nào bác sĩ?"

Ông ta nhẹ lắc đầu,

"Bệnh cậu ấy đã đến giai đoạn cuối."

Bà mẹ vẻ ngạc nhiên,

"Giai đoạn cuối, là thế nào?"

"Bà không biết gì à?"

"Dạ không, tôi có nghe nó nói gì đâu."

Bác sĩ trầm giọng,

"Cậu ấy bị ung thư gan. Xin lỗi, tôi buộc phải nói thực, lẽ ra cậu ấy đã đi, chúng tôi đặt ống thở và chích morphine cốt chờ người nhà đến. Nay có bà, cho phép chúng tôi rút ống nhé"

"Trời!" Bà mẹ thốt kêu.

Không nói cho gia đình biết mình mang bệnh nan y từ sau lần gặp bác sĩ, Nhân âm thầm lên kế hoạch đi một vòng suốt chiều dài đất nước, lần đầu cũng là lần cuối trước khi từ giả trần gian.

Cận ngày lên đường hai hôm Nhân nói với mẹ,

"Con được nghỉ thường niên ba tuần, muốn tham quan các miền, mang tiếng là người Việt Nam thế mà cái dãi đất nhỏ bé này vẫn chưa biết hết, tệ quà."

"Con định đi với ai?"

"Một mình, con muốn thoải mái, đến đâu, bao lâu tùy ý."

Bà mẹ chỉ biết vậy khi Nhân lên đường, Nhân giấu mọi người.

Bà mẹ nức nở ôm chặc đứa con thân yêu,

"Con ơi!"

Vị bác sĩ nhẹ thở dài. Cảnh này ông từng chứng kiếu

quá nhiều kể từ lúc ra trường đến nay ngót hai mươi năm, thế mà vẫn không khỏi bồi hồi xúc động.

Cuối cùng, chẳng còn cách nào khác, bà mẹ đau đớn bằng lòng cho rút ống.

Nhóm thiện nguyện và Tâm xuống xe mang theo vật phẩm vào từng phòng thăm hỏi, ủy lạo bệnh nhân. Đến trước cửa phòng nơi Nhân đang nằm nhóm nhìn thấy lố nhố nhiều người và tiếng thì thầm, Tâm bước vào, theo sau là các thành viên. Cùng lúc người y tá rút ống ni lông ra khỏi miệng Nhân. Một tiếng "khì" kéo dài, Nhân chợt mở bừng mắt, chả hiểu anh còn đủ tri thức nhận ra người con gái đang đến gần là Tâm hay không? Mọi người chỉ nghe Nhân thì thào, tiếng nhỏ như gió thoảng, trước khi tim ngừng đập,

"Em đã đến..."

Khánh Trường

California tháng 02/2021

BẠT

Nguyên Giác Phan Tấn Hải

Đôi khi tôi tự hỏi về hành vi viết của chính mình, đặc biệt là viết truyện. Truyện ngắn, truyện vừa, truyện dài, tiểu thuyết, trường thiên, và vân vân. Thực sự, tôi không viết nhiều như thế để rồi phải tự thắc mắc. Nhưng thói quen tự xem xét tâm mình đã dẫn tới các câu hỏi như thế. Dĩ nhiên, có khi vì cần bài cho Báo Xuân. Có khi vì trong lòng có điều muốn nói, nhưng không thể nói thẳng như văn chính luận. Có khi chỉ để cho lòng vui, vì không thể không viết, vì ngồi vào bàn là phải viết. Đôi khi viết vì có lời muốn gửi cho đời sau. Thực sự, bản thân mình không là cái gì để phải nói cho nghiêm trọng. Ngày xưa, các cụ làm thơ có khi vì thấy bút mực có sẵn trên bàn, trước mặt… nếu không viết thì mực sẽ sớm khô, giấy sẽ sớm sầu muộn, và hoa nơi hiên nhà sẽ sớm vàng úa. Và có khi, cầm bút lên viết chỉ vì không nỡ để thêm buồn đè nặng trên vạt nắng chiều còn vương bên thềm.

Hiển nhiên Khánh Trường viết không phải để vinh danh chữ nghĩa, vì hầu hết những người tôi có giao tình thân thiết đều không ưa trầm trọng hóa vấn đề. Chơi thôi mà, như kiểu nhà văn Mai Thảo ưa nói. Trong tiểu thuyết ***Nắng Qua Đèo*** của Khánh Trường cũng nhắc mấy câu thơ của Mai Thảo, nói rằng bệnh ở trong thân lâu ngày cũng thành bạn thôi:

Bệnh ở trong người thành bệnh bạn
Bênh ở lâu dài thành bệnh thân
Gối tay lên bệnh nằm thanh thản
Thành một đôi ta rất đá vàng

À… đó là chuyện gối tay lên bệnh. Viết cũng là một hành vi gối tay lên chữ, lên mực. Vì tất cả đều trở thành đá vàng cả rồi. Trong phần Mở trước khi vào tiểu thuyết, Khánh Trường viết: "*...hai chữ vô thường lại hiển lộng. Đồng thời gợi ý cho tôi khởi đầu những trang chữ này.*" Tiểu thuyết của Khánh Trường mở đầu bằng hình ảnh nhân vật tên là Nhân, có bệnh nặng, có lúc được chẩn bệnh là ung thư gan. Trang cuối tiểu thuyết là cái chết trên giường bệnh của Nhân, lúc sắp từ trần đã nửa tỉnh nửa mê có vẻ như thoáng nhìn thấy hình ảnh thiếu nữ dù chỉ gặp một lần nhưng đã tác động mạnh đến tâm hồn Nhân suốt thời gian dài, từ ngoài bước vào, và anh nhắm mắt ra đi. Hiển nhiên không phải là tự truyện, vì tác giả vẫn còn sống, không như nhân vật trong tiểu thuyết. Nhưng, một vài phần, có lẽ vẫn không lìa nhân vật chính.

Toàn bộ tiểu thuyết ***Nắng Qua Đèo*** là những hình ảnh rất tội nghiệp của tất cả các nhân vật – họ là chúng sanh luôn bất hạnh - đang trôi trên dòng sông cuộc đời. Tội nghiệp, cõi này là như thế. Từ tội nghiệp, dẫn tới xót thương. Nếu chúng ta dùng chữ có vẻ nghiêm trọng theo ngôn phong nhà Phật, có phải tiểu thuyết này là một ý thức về Khổ Đế? Mở đầu bằng bệnh, và kết thúc bằng cái chết. Hiển nhiên, đó là sự thật: cuộc đời không lìa được bệnh và chết.

Ngay nơi đoạn văn đầu của Chương I, tác giả Khánh Trường viết từ dòng thứ ba là hình ảnh có thể làm các Phật Tử quen đọc Kinh sẽ giựt mình, trích:

"...*Mùa lũ, nước sông dâng cao, cuồn cuộn chảy xiết, những thân gỗ lớn từ thượng nguồn trôi về, phóng nhanh. Nhân nhìn bầu trời thấp, mây đen phủ kín và dòng sông hung dữ. Sắp mưa ư, Nhân tự hỏi, làm cách nào qua sông? Phải qua được sông vào thị trấn nếu không muốn chết cóng giữa đồng không mông quạnh này. Nhân nhìn suốt phải trái bờ, không một bóng thuyền...*"

Có phải đây là dòng sông của nghiệp, dòng sông sinh tử cuồn cuộc chảy xiết? Đức Phật trong rất nhiều kinh đã nói là phải qua bờ kia (đáo bỉ ngạn), rằng bờ này là khổ, bờ kia là giải thoát. Tác giả lại kể về hình ảnh những thân gỗ từ thượng nguồn trôi về... đó cũng là một hình ảnh của Kinh Phật.

Trong Kinh SN 35.241, Đức Phật nói: "...*Này các*

Tỳ-kheo, nếu khúc gỗ không đâm vào bờ bên này, không đâm vào bờ bên kia, không chìm giữa dòng, không mắc cạn trên miếng đất nổi, không bị loài Người nhặt lấy, không bị phi nhân nhặt lấy, không bị mắc vào xoáy nước, không bị mục bên trong; như vậy, này các Tỳ-kheo, khúc gỗ ấy sẽ hướng về biển, sẽ xuôi theo biển, sẽ nghiêng nhập vào biển..." Biển, nơi đây là Niết Bàn, là giải thoát.

Hình như Khánh Trường không có ý viết tiểu thuyết kiểu chú giải Kinh Phật, nhưng sẽ có một số người chợt nhận ra những hình ảnh rất ẩn dụ đó. Thế rồi, nhân vật tên Nhân (Nhân còn có nghĩa là người, là con người, là nhân loại) đã nhìn suốt phải trái bờ, không một bóng thuyền... Cõi này buồn vậy ư? Chúng ta, con người, đứng bơ vơ, đứng cô đơn, nhìn dòng nước lũ, và không một bóng thuyền. Chúng ta sinh ra và chết đi đều bơ vơ, đơn độc như thế.

Thế rồi, nơi vài trang sau, tác giả Khánh Trường kể rằng nhân vật tên Nhân lên ghe cùng với anh Nông dân và anh Tư râu chèo đò để qua sông. Thế rồi, một thanh gỗ lớn đâm vào con đò, đụng dữ dội tới mức ghe lật chìm. May mắn, Nhân bám vào thân gỗ, thoát chết.

Trong truyện cũng nói rằng Nhân bị bệnh nan y, kể như sẽ chết sớm. Thế là, Nhân đi bụi đời.

Tác giả giải thích: "*Đã ba tháng rồi kể từ ngày Nhân bỏ việc lên đường giang hồ, nhiều vùng đất Nhân đã đến. Nhanh, vài ba hôm. Chậm, một tuần, mươi ngày, nhưng không nơi nào giữ chân Nhân lâu hơn. Chẳng phải các địa danh mới không hấp lực, trái lại, nhiều nơi lắm quyến rũ mạnh mẽ, thế nhưng lòng Nhân vẫn nguội lạnh. Kể cả những cuộc tình, những quan hệ gái trai, vốn ngày trước là một đam mê luôn khiến Nhân bận tâm. Lý do nào gây nên sự dửng dưng này? Giản dị thôi, kể từ lúc Nhân biết tin, qua vài xét nghiệm y khoa, mầm ung thư trong người Nhân đã đến giai đoạn cuối. Lúc đầu mới nhận tin này, Nhân có cảm tưởng đang rơi vào một vực thẳm không đáy, Nhân đau đớn, tuyệt vọng.*"

Nghĩa là, đi để chờ chết. Tất cả các diễn biến đều là những hình ảnh tội nghiệp của người trong cõi này. Thế rồi Nhân cũng tới thăm một cổ tự trên núi Miền Trung. Tác giả ghi rằng dân chúng kể lại rằng một Ni sư du hành tới vùng núi này, đêm xuống, ni sư vào căn chòi của dân chăn vịt giữa cánh đồng ngồi thiền. Đêm tàn, bình minh ló dạng, một con trăn lớn dẫn đường đưa ni sư lên núi, nơi có hang động, cũng là nơi ni sư quyết định làm chỗ tu tập. Nhờ tài vật của của người mộ đạo, dần dần một ngôi chùa hình thành, nửa ăn sâu vào hang, nửa lộ ra bên ngoài. Dĩ nhiên, chuyện kể lại của người dân từ thế hệ này qua thế hệ kia, có thể đã biến đổi theo kiểu riêng từng người kể lại.

Độc giả khi đọc tiểu thuyết Khánh Trường luôn bắt gặp nét độc đáo (hay một thói quen?) là những cuộc làm tình. Bất kể bị bệnh ung thư, nhân vật tên Nhân trong khi lang thang đã dan díu vào một vài chuyện giường chiếu. Với nhiều người. Có khi trả tiền, có khi chỉ là tình cảm, là dan díu. Nỗi buồn theo đuổi trong cõi rất tội nghiệp này là, theo tác giả Khánh Trường, sau một đêm dan díu với một cô tiếp viên: "*Xác thịt no đủ bao nhiêu thì tâm hồn khánh kiệt bấy nhiêu.*" Không vui, thực sự cõi này đầy bất trắc, không vui.

Bất trắc. Không ai biết những gì chờ đợi mình trong khoảnh khắc kế tiếp. Tác giả ghi lại suy nghĩ của Nhân: "*Căn bệnh nan y bất ngờ đẩy Nhân xuống vực sâu tuyệt vọng. Làm sao biết trước được chuyện gì sẽ xảy ra? Cuộc đời con người luôn diễn ra theo một hướng nào đó nằm ngoài dự kiến.*"

Những chi tiết cũng trải dài với lịch sử. Cũng một thời hậu chiến, với những tan tác, đổ vỡ. Cũng có chuyện vượt biên. Cũng nhắc tới chiếc cầu Hiền Lương, nối hai bờ đất nước một thời ngăn cách.

Tiểu thuyết ***Nắng Qua Đèo*** cũng kể về một mối tình, ban đầu rất say đắm, giữa nàng Tâm và chàng Luân. Tội nghiệp, vì chuyện tình không bình an. Luân đã có vợ con, và giấu biệt khi gặp và say mê Tâm. Thế rồi Tâm có thai, Luân bỏ chạy về với vợ con. Không vui tí nào. Tâm sinh con xong, một bé trai, rồi vùi đầu vào việc làm thiện nguyện. Tâm chợt có ý nghĩ muốn đi tu, nên xin Sư Bà cho xuất gia. Dĩ nhiên, cho tới khép truyện,

Tâm vẫn chưa trở thành ni cô. Chi tiết này hẳn nhiên là tiểu thuyết, rất là truyền thống dân gian. Thực sự, đi tu là chuyện hy hữu, khó lắm. Nhưng đời thường vẫn nghĩ rằng, hễ có chuyện buồn là xin đi tu.

Tất cả các nhân vật trong tiểu thuyết Khánh Trường đều là các hình tượng rất mong manh, dễ dàng hư vỡ. Ngay cả những lúc vui, cũng đã hàm ẩn những gì rất buồn. Các chi tiết rải khắp cuộc đời của các nhân vật trong ***Nắng Qua Đèo*** là những gì rất buồn: bệnh, đau đớn, tan vỡ, và rồi chết. Rất tội nghiệp, và đó là bản chất cuộc đời. Những hình ảnh bình an trong truyện, như ngôi cổ tự, vẫn là hiếm hoi và như dường là những gì ngoài tay với của chúng sinh.

Chúng ta quen thuộc với hình ảnh của Khánh Trường nổi tiếng như một họa sĩ, trong khi nhiều phương diện khác của ông vẫn rất nổi bật, nổi tiếng. Khánh Trường làm báo. Khánh Trường làm thơ. Khánh Trường viết truyện. Lĩnh vực nào cũng xuất sắc. Trong khi nét vẽ Khánh Trường trong quá khứ từng có lúc rất Thiền, từng có lúc rất lãng mạn, từng có lúc rất dữ dội. Riêng bây giờ, trong tác phẩm mới nhất của Khánh Trường - tiểu thuyết ***Nắng Qua Đèo*** từ trang đầu tới trang cuối là những gì rất buồn, đầy những tan vỡ.

Vâng, nỗi buồn bất tận, đó là bản chất của cuộc đời này. Ngòi bút Khánh Trường nơi đây đã nêu lên được những gì rất buồn, rất mong manh, rất dễ hư vỡ đó. Có phải bây giờ nắng đã nghiêng bóng chiều rồi. Khi gấp lại những trang cuối tiểu thuyết ***Nắng Qua Đèo*** của Khánh Trường, bạn có để ý thấy vài tia nắng rời ban chiều vẫn còn hiu hắt vương lại, chưa chịu rời trang giấy? Cũng như là những nỗi buồn của chúng ta trong cõi này, như đôi mắt của một người chúng ta đã từng yêu thương và rồi trở thành những ký ức nuối tiếc khi tóc đã bạc và chiều đã tới. Nơi đó, vạt nắng chiều đã nhạt, còn vương gì trong đôi mắt người xưa. Nắng kìa. Nơi lưng đèo. Ai biết nắng tới vì đâu. Tiểu thuyết ***Nắng Qua Đèo*** của Khánh Trường cũng như thế. Đó là những tia nắng còn vương, vì còn thương mãi đời này.

Phan Tấn Hải

California, tháng 12/202

Nguyên Giác là Pháp danh khi viết về Phật Giáo.

Mưu sinh chủ yếu bằng nghề báo, về hưu năm 2019.

Viết nhiều thể loại: truyện, thơ, biên khảo.

Từng cộng tác với Nhân Văn, Giao Điểm, Văn Học, Văn, Hợp Lưu, và nhiều báo khác.

Các sách về Phật Giáo dưới Pháp danh Nguyên Giác Phan Tấn Hải:

- *Vài Chú Giải Về Thiền Đốn Ngộ (nxb Văn Nghệ, 1992; Thiện*

Tri Thức, 2001); Thiền Tập (Thiện Tri Thức, 2005); Tran Nhan Tong: The King Who Founded a Zen School (song ngữ Anh-Việt, Thiện Tri Thức, 2010) ;The Wisdom Within: Teachings And Poetry Of The Vietnamese Zen Master Tue Trung Thuong Si (song ngữ Anh-Việt, Thiện Tri Thức, 2010); Teachings from Ancient Vietnamese Zen Masters (song ngữ Anh-Việt, Thiện Tri Thức, 2010); Lời Dạy Tâm Yếu Về Đại Thủ Ấn. (Viet Nalanda Foundation); The Zen Teachings of Master Duy Luc (song ngữ, chưa in); Thiền Tập Trong Đời Thường (nxb Ananda Viet Foundation, 2017); Thiền Tông Qua Bờ Kia (AVF, 2017); Kinh Nhật Tụng Sơ Thời (AVF, 2018) ; Kinh Pháp Cú Tây Tạng (AVF, 2019); Để Ngộ Tông Chỉ Phật (nxb Ananda Viet Foundation, 2020).

- The Way of Zen in Vietnam / Thiền Tông Việt Nam (song ngữ Anh-Việt, AVF, 2020).

- Từ Huyền Thoại Tới Tâm Kinh (AVF, 2021).

Tác phẩm văn học dưới bút hiệu Phan Tấn Hai (cũng là tên thật):

- Cậu Bé và Hoa Mai (tập truyện, Nhân Văn 1986; AVF, 2017); Thiếu Nữ Trong Ngôi Nhà Bệnh (tập truyện, AVF, 2017); Một Nơi Gọi Là Việt Nam (thơ, 1987); Tập thơ Hoa Bay Khắp Trời (nhạc sĩ Trần Chí Phúc phổ nhạc, CD 10 bài Thiền Ca); Khoảnh Khắc Chiêm Bao (AVF, 2019; Viết Từ Phương Xa (Lotus Media, 2019).

PHỤ LỤC

Nhân quả

Truyện ngắn Khánh Trường

Đó là thời gian tôi theo một nhóm tìm trầm lang thang khắp vùng rừng núi thuộc cao nguyên trung bộ. Thực ra, tìm trầm chỉ là cái cớ, chính là tôi muốn tìm đường vượt biên. Nhiều người mách, nếu đi sâu vào vùng này sẽ đến biên giới, qua một con sông nhỏ, là đã đặt chân lên đất Chùa Tháp để được nhập vào trại tị nạn của Cao Ủy Liên Hiệp Quốc. Với lý lịch cựu quân nhân Thủy Quân Lục Chiến, tôi có đủ điều kiện định cư ở bất cứ quốc gia tự do nào.

Một buổi chiều, nhóm chúng tôi hạ trại cạnh dòng suối rộng. Khung cảnh thật thơ mộng, mặt trời còn khoảng bốn năm thước mới chạm đỉnh rặng cây xanh nhìn ra từ trảng trống, nơi chúng tôi căng lều tạm trú qua đêm. Ánh sáng lấp lánh trên dòng nước bạc, chảy qua các mỏm đá từ trên cao đổ xuống, trải rộng thành một hồ tắm thiên nhiên trong vắt, thấy rõ đáy hồ với những viên sỏi đủ kích cỡ, những thảm rêu, những đàn cá nhỏ nhởn nhơ bơi chậm. Tôi ngồi trên mỏm đá ven bờ nhìn ngắm cảnh vật một lúc rồi đứng dậy cởi quần áo ném lên bụi cây thấp bên cạnh, bước vài bước đến mé suối, định nhảy vào dòng nước thì chợt cảm thấy đau nhói dưới bàn chân, cạnh mắt cá. Tôi nhìn xuống, một con rắn hổ, dài chừng năm tấc, lủi nhanh vào đám lau cao. Thì ra, tôi đã vô tình đạp nhầm con vật đáng sợ. Như mọi loài rắn độc khác, chúng không bao giờ tấn công ta nếu không bị uy hiếp, tôi đã đạp lên nó, dĩ nhiên, nó phải phản ứng để tự vệ. Cơn đau rần rật từ gót chân lan nhanh khắp bàn chân, tôi ngã vật ra, nhưng vẫn còn đủ bình tĩnh la lớn,

"Cứu tôi".

Nghe tiếng kêu cứu, cả bọn tìm thấy tôi trần truồng nằm sóng soài bên bờ suối với bàn chân sưng tấy, tím tái. Họ nhanh chóng cõng tôi đến bản nhỏ ven chân núi nhờ cứu chữa. Bản chỉ hơn hai mươi nóc gia, khuất nẻo giữa thung lũng bốn bề chập chùng rừng núi. Rắn cắn ư, chuyện nhỏ. Người dân tộc quá quen với loài độc địa này. Từ bao đời nay, để tồn tại, họ phải tìm cách khắc phục hàng trăm trở lực, đến từ nhiều phía. Rắn độc là chướng ngại họ thường gặp nhất, vì vậy, họ đã tìm ra những phương thuốc hữu hiệu, độc cỡ nào cũng có thuốc chữa. Chỉ một nhúm lá thuốc nhai dập đắp vào vết cắn, và hai ngày, mỗi ngày uống một bát nước màu đen kịt không biết nấu bằng gì nhưng đắng nghét. Sáng ngày thứ ba tôi thức dậy, nhìn xuống, bàn chân đã trở lại bình thường, bỏ hai chân xuống đất, bước vài bước, thì như chưa từng xảy ra sự cố, mừng quá, tôi la lớn,

"Lành rồi, chân tôi lành rồi."

Cô gái ngoài vườn đang đi vô, nhìn tôi cười,

"Thì lành, có chi mô."

Căn nhà tôi tạm trú là của một bà mẹ đơn thân ở cùng cô gái khoảng mười sáu tuổi. Bà mẹ, qua lời kể của cô gái, chỉ mới ba nhăm tuổi nhưng trông khắc khổ già nua như đã năm mươi, chồng chết mười năm trước vì đạp phải mìn còn sót lại (không ít trong thời chiến, rải rác khắp nơi trong rừng). Da đen sạm, ốm tong, chân tay khẳng khiu, ngực lép, tóc thưa lốm đốm bạc, rất ít khi có nhà, thường vào rừng hái lá thuốc, bà ta là thầy lang của bản, có khi đi cả tuần mới về. Cô gái người tầm thước, không đẹp nhưng dễ nhìn, khỏe mạnh, no căng sức sống, lồ lộ qua đôi mắt to đen, hai môi không son nhưng chín mọng, khuôn ngực vênh vểnh cao, hai mông tròn căng.

Tôi nói,

"Cảm ơn mẹ con cô."

Cô gái,

"Ơn nghĩa chi."

Và hỏi,

"Lành rồi, anh đi liền à?"

Tôi nói,

"Cho tôi ở thêm ít hôm đợi những người bạn trở lại."

Cô gái vui vẻ,

"Ai đuổi anh đâu, muốn ở thêm bao lâu cũng được

mà."

Cô vào bếp, cúi xuống nhấc chiếc ấm đất dùng sắc thuốc cho tôi mang ra sàn nước dưới chân thang phía sau rửa. Nắng ban mai trong vắt xuyên qua tán lá cây lớn đầu hè nhảy múa trên thân thể khỏe mạnh của cô gái. Tôi nhìn vành môi dày, khuôn ngực vạm vỡ, hai mông tròn căng, bỗng cảm thấy rạo rực, không dằn được, tôi dở trò ong bướm,

"Thế tôi muốn ở luôn, có được không?"

Cô gái quay lại nhìn tôi thật thà,

"Tôi biết anh không nói thiệt, chỗ ni, anh làm răng ở."

*

Buổi chiều, tôi đi dạo một vòng quanh khu vực phía sau, tiếp giáp với cánh rừng qua bãi trống và một hàng rào cây. Tôi bước qua cánh cửa khép hờ, vượt bãi trống, đến con suối, cũng là nơi tôi bị rắn cắn, chảy ngang để ra sông lớn. Tôi đứng bên bờ suối nhìn dòng nước trong, nghe mát lạnh, thấy muốn tắm. Tôi tháo giày, đang cởi dở nút áo thì nhìn thấy cô gái bơi ra từ phía sau một bụi lau giữa lòng suối cùng lúc, cô ta cũng nhìn thấy tôi. Một thoáng bỡ ngỡ nhưng cô gái nhanh chóng lấy lại sự hồn nhiên,

"Anh cũng tắm à?"

Tôi hỏi,

"Được không?"

Cô gái liến thoắng,

"Hỏi lạ, suối của ông trời, muốn tắm thì tắm, mắc mớ chi tui."

Tôi cởi áo rồi quần, chỉ còn lại chiếc xì líp, nhảy xuống suối, quả thực nước mát lạnh. Tôi bơi về phía cô gái.

Cô ta la lớn,

"Không được lại gần."

Và sải tay bơi nhanh vào bờ, thoáng chốc đã thấy cô gái ra khỏi suối, thân thể không mảnh vải nổi rõ trên nền trời màu xanh thẳm đang bắt đầu nhá nhem. Không quay lại, cô gái nói lớn, giọng vui,

"Đừng tắm lâu quá, tối, ma da bắt đấy."

Rồi biến nhanh vào lùm cây, tấm thân trần truồng của cô gái nhìn từ phía sau đẹp một cách kỳ lạ. Tôi ngẩn ngơ chưa kịp phản ứng gì thì cô lại từ sau lùm cây bước ra với quần áo tươm tất, cô đưa tay vẫy,

"Tui về trước."

Hình ảnh trần truồng của cô gái ám ảnh trong đầu dai dẳng, khiến tôi ước ao bằng mọi giá, phải chinh phục cho được đóa hoa rừng này. Bốn hôm sau, bằng kinh nghiệm, tôi từng bước thu hẹp khoảng cách và cuối cùng, "cưa" đổ cô gái. Nhưng chỉ "xào khô", không dám "xào ướt", vì theo phong tục của người dân tộc vùng miền này, tôi được biết, khi đã "xào ướt" thì phải lấy làm vợ, nếu không sẽ bị trai tráng trong bản dạy cho một bài học bằng trận đòn có thể gãy tay què chân như chơi, và ghê gớm hơn nữa, sẽ bị lời nguyền có từ bao đời bám theo, làm thân tàn ma dại, hoặc chết trong đớn đau, tủi nhục. Tuy tôi không tin khoản này lắm, thấy nó nhảm nhí và buồn cười sao sao ấy nhưng bị tẩn gãy tay què chân thì chẳng dại. Tôi vốn háo ngọt song vẫn còn chút khôn ngoan để biết trong trường hợp này phải ráng kiêng để bảo toàn tính mạng. Ở thêm gần trọn tuần thì nhóm bạn trở lại, tôi theo họ trở về thành phố.

Đêm trước ngày đi, tôi đưa cô gái ra bờ suối. Trăng sáng vằng vặc, chúng tôi trầm mình dưới dòng nước mát, đùa giỡn thỏa thuê. Khi trăng cao đến đỉnh đầu, ánh sáng nhuộm lên thân thể cô gái một lớp sữa mịn, tôi bế cô đặt nằm trên bờ cỏ, nhìn màu trắng nhễ nhại của da thịt giữa thảm cỏ xanh, tôi không sao kìm được bàn tay vuốt ve xoa bóp những phần lồi lõm săn chắc, cúi hôn vành môi dày, lưỡi tôi vươn dài liếm chậm từ má, cổ, ngực, cuối cùng di chuyển đến sát tai cô gái, thủ thỉ,

"Anh yêu em."

Cô gái rùng mình nói lắp bắp những gì không rõ lời khi tôi rót vào tai cô,

"Em yêu, cho anh nhé?"

Cô gái có vẻ mất kiểm soát,

"Ô… , ô… , nếu em cho anh thì anh phải lấy em

làm vợ."

Tôi đáp ngon lành,

"Dĩ nhiên, anh sẽ về nói ba mẹ mang sính lễ lên xin cưới em."

Hai tay cô gái ôm siết tôi, nói như hụt hơi,

"Đừng nói dối đấy, bằng không, anh sẽ phạm lời nguyền."

Tôi cười thầm, người thiểu số, họ rất tin vào những chuyện huyền hoặc. Ngày mai tôi về lại thành phố, bọn trai tráng làng này có ngon thì tìm xuống.

Còn lời nguyền? Nhảm nhí!

*

Do nhu cầu công việc, tôi định cư ở nước ngoài cùng vợ và một con trai. Bốn năm, cuộc sống dần thích nghi và ổn định, vợ chồng tôi có thêm một bé gái. Mái ấm nhỏ bé của chúng tôi thực sự ấm. Vợ chồng hòa hợp, con cái ngoan ngoãn.

Mười sáu năm sau, trong một lần về nước, như hầu hết Việt kiều khác muốn tìm về nguồi cội để hưởng tí "tươi mát", tôi được một người bạn đưa đến căn phòng trên tầng thứ tám một cao ốc cao cấp.

Người bạn nói,

"Con bé này ngon hết biết."

Tôi hỏi,

"An toàn chứ?"

Người bạn xác quyết,

"Trăm phần trăm, hàng xịn mà."

Và nói thêm,

"Con bé ngón nghề điêu luyện, ông nếm một lần bảo đảm sẽ tìm đến lia chia. Nhưng hơi đỏng đảnh, hợp nhãn thì hết mình, không thích cóc tiếp."

Con bé ngon thực. Chân dài, eo thon, bụng phẳng, ngực săn cứng, hai núm hồng chín rục, mông tròn, hạ thể nây nẩy phơn phớt lông mịn chập chờn trong chiếc áo ngủ bằng voan mỏng như giấy kiếng ngắn tới bẹn. Thấy tôi bước vào, con bé nhìn từ đầu đến chân, có vẻ vừa ý, sà tới ôm, cạ cạ hai trái vú vào ngực, kéo mặt hôn sâu lên môi, đồng thời lòn tay xuống mở nhanh *zipper*, cầm, bóp nắn vuốt ve, xóc nhẹ và cười lẳng lơ,

"Vênh váo thế này, chắc chết em."

Mùi nước hoa thơm nhẹ cộng với mùi da thịt làm tôi ngây ngất.

Con bé tiếp tục mơn trớn và quan sát tôi một lúc nữa rồi thốt,

"Chà, đẹp trai, cao to, da thịt săn chắc nữa, em mê rồi."

Tôi hỏi,

"Em nhiêu tuổi?"

Con bé trả lời,

"Mười sáu."

Tôi nói,

"Chưa bằng nửa tuổi anh."

Con bé tình tứ,

"Càng lớn càng kinh nghiệm, chứ ai như bọn nhô con, chúng chẳng ra gì,"

Nhanh chóng, con bé cầm chặt thỏi thịt cứng lôi tôi lên giường, vật nằm ngửa, cởi quần áo cho cả hai rồi dạng chân quỳ, dí sát vào mặt tôi, hỏi,

"Ngon không?"

Vùng cấm con bé nây nẩy no tròn cắt tỉa gọn sạch, hai mép môi dày như hai múi cam hé mở đỏ hồng, trũng sâu tươm ướt. Con bé ngon thực.

Tôi hít một hơi dài trước khi trả lời,

"Ngon!"

Máu chảy rần rật trong huyết quản, dù biết con bé đã "thập thành", nhưng không cưỡng được, tôi ghì mạnh hai mông, tham lam vùi miệng vào khe mềm. Con bé giật nẩy, sàng như chong chóng và luôn miệng xuýt xoa. Khoảng mươi phút, con bé xoay ngược người, cúi ngậm, trổ ngón nghề bằng môi lưỡi điêu luyện.

Một lát con bé ngóc đầu hổn hển,

"Em lên nhé?"

Quả như người bạn nói, con bé có ngón nghề tuyệt kỹ, tuy chỉ mới mười sáu nhưng dạn dày kinh nghiệm, tôi chết điếng khi con bé vừa xay gạo vừa điều khiển cơ vòng thắt bóp hối hả.

Hồi lâu, chừng như mỏi, con bé phục xuống ôm cứng tôi, hạ thể vẫn lên xuống, sàng sẩy và hôn khắp mặt, thọc lưỡi vào miệng tôi quấn quít,

"Em phê quá..., làm chồng em đi."

Tôi ưỡn người hổn hển,

"Yes…, yes…, vợ yêu…"

Căn phòng nhỏ, mát lạnh, chỉ nghe tiếng hai bộ phận sinh dục vào ra nhóp nhép và tiếng rên khoái lạc.

"Vợ sắp tới, chồng yêu."

Con bè tăng tốc, tôi không cầm cự nổi, rùng mình, bắn mạnh. Con bé bật kêu lớn,

"Chồng ra…, vợ cũng ra…, sướng…, sướng…"

Hạ thể con bé quay tít tựa chong chóng, hai đùi và âm hộ khép mở hối hả, như muốn hút sạch nguồn sinh lực tôi vừa xuất.

Vẫn ôm cứng tấm thân hừng hực, tôi nhắm mắt cảm nghe con sóng ngất cao dần hạ. Khi trạng thái bình thường trở lại, tôi mở mắt, chợt nhìn thấy qua vành tai và những sợi tóc mai mướt mồ hôi của con bé, một trang thờ gắn vào tường cao quá đầu người, sau bát chân nhang là chân dung một cô gái với đôi mắt lớn mở trừng nhìn xuống mặt nệm, nơi dương vật tôi còn nằm sâu trong âm hộ đẫm ướt. Vội đẩy con bé văng ra, tôi hỏi nhanh,

"Thờ ai kia?"

Con bé vẻ ngạc nhiên,

"Mẹ em, mà sao thế?"

Thiếu nữ trên bàn thờ, chẳng ai khác hơn là người con gái có căn nhà đầu bản nhỏ ven chân núi, nơi tôi đã tá túc non mươi ngày; người con gái có bà mẹ làm thầy lang, từng chữa vết rắn cắn dưới bàn chân tôi; người con gái đã bị tôi mê hoặc đến mất kiểm soát bằng những lời dối trá ngon ngọt và kinh nghiệm gái trai sau bao năm dạn dày ăn chơi; người con gái đã trao thân cho tôi, giữa vằng vặc ánh sáng như sữa của trăng, trên thảm cỏ cạnh bờ suối.

Tôi thầm thì đau đớn, chỉ để mình nghe,

"Oan nghiệt."

Hưng phấn tiêu tan, khắp người lạnh toát, tôi nhảy ra khỏi giường quơ nhanh quần áo mặc vào, đồng thời bảo con bé cũng làm như tôi. Tuy không biết chuyện gì nhưng nhìn thái độ cực kỳ nghiêm trọng của tôi cũng làm con bé biết hẳn đây chẳng phải chuyện đùa, nên cũng nghe lời, mở tủ lấy bộ đồ tử tế mặc vào.

Con bé hỏi,

"Sao vậy anh?"

Không thể để con bé biết mối quan hệ giữa tôi và nó, tôi lúng túng,

"À... à…, anh có biết một người rất giống mẹ em… Thử kể anh nghe về cuộc đời của mẹ em đi, rồi anh sẽ nói lý do…"

Qua lời kể của con bé, tôi được biết, sau lần duy nhất trao thân cho tôi bên bờ suối, thiếu nữ đã mang thai. Hậu quả, là trải bao nhiêu sỉ nhục phải nhận gánh, dẫn đến việc, thiếu nữ bị đuổi ra khỏi làng, buộc phải trôi dạt xuống thành phố. Đói khát, nàng tìm vào một nhà thổ, bán trôn nuôi miệng, nuôi cái bào thai đang nằm trong bụng. Đến ngày, nàng hạ sinh một bé gái trong nhà thương thí. Nghĩ đến tương lai đứa con, cô quyết tâm rời nhà thổ, nhờ người quen môi giới một chỗ ở đợ. May mắn, có gia đình nọ chịu cưu mang mẹ con nàng. Tưởng sẽ êm ấm, nhưng một đêm, ông chủ mò xuống nhà dưới nhân lúc bà chủ đi vắng. Bà mẹ đơn thân chống trả quyết liệt, sáng ra, không đợi đòn trả đũa của ông chủ, cô bồng con ra khỏi nhà. Hơn một tuần, ngày lang thang khắp nơi, đêm ngủ vật vờ khi mái hiên, khi gầm cầu. Những đồng bạc cuối cùng rồi cũng cạn. Một ngày, không có gì bỏ bụng ngoài những vốc nước máy, ngồi lả người đi trên chiếc ghế đá trong công viên, vừa đói vừa tủi, cô ôm con tấm tức khóc. Một chị bán vé số ngang qua thấy, hỏi sự tình, đưa mẹ con về chỗ của chị. Đó là căn lều nhỏ như tổ chim, chắp vá bằng đủ mọi vật liệu phế thải, bên con lạch ngập rác hôi thối. Không giường chiếu, đêm, cả ba ngủ trên tấm nhựa trải dưới đất. Nàng ôm con, tự an ủi, dù sao vẫn có nơi che sương, che gió.

Nàng muốn đi bán vé số như chị bạn, nhưng không có vốn. Ông chủ đại lý thấy thế, cám cảnh, cho lấy trước, bán trả tiền sau. Nàng mừng quá, vậy là thoát được cái đói.

Ngày tháng trôi qua, con bé dần trưởng thành. Lạ một điều, bất chấp hoàn cảnh, con bé lớn nhanh và đẹp, càng lớn càng đẹp. Nếu sinh ra trong một gia đình khá giả, được ăn học đàng hoàng, con bé nhất định sẽ có một tương lai tươi sáng, người mẹ nghĩ thế và thấy lòng quặn đau. Mười lăm tuổi, con bé đã trổ mã như một thiếu nữ vào tuổi dậy thì, bọn con trai du thủ du thực khắp vùng săn đón, điếu đóm, tranh giành, sẵn sàng đánh đấm để được lòng người đẹp. Con bé dĩ nhiên không thoát được tệ nạn ăn chơi, hút sách và tình dục. Để rồi, bằng số vốn trời cho, nó nhanh chóng trở thành món hàng đắt giá trong giới buôn hương, chỉ tiếp khách hạng sang. Con bé rời căn lều tả tơi đến thuê phòng trong chung cư cao cấp này làm động thiên thai.

Nàng thấy con rơi vào sa đọa, khuyên can không được, buồn rầu sinh bệnh rồi mất.

Con bé tuy hư hỏng nhưng rất thương mẹ, thuê thợ đóng một trang thờ để ngày ngày hương khói tưởng nhớ.

Con bé ôm tôi, hỏi,
"Chồng nói đi, lý do?'
Tôi gỡ vòng tay quấn quanh bụng,
"Vào tắm trước, anh sẽ nói."

Đợi con bé khuất sau cánh cửa restroom, tôi ra đứng

ngoài hành lang, nhìn xuống lòng đường, đã quá nửa đêm nhưng cảnh náo nhiệt vẫn như ban ngày, không ngớt. Tiếng động cơ của xe hơi, xe gắn máy, tiếng rao hàng, tiếng cười nói cùng hàng trăm tiếng động khác, hòa thành một âm thanh hỗn tạp vang xa. Con bé chính là giọt máu của tôi, giọt máu của ham muốn, háo thắng thời tuổi trẻ, giọt máu khai sinh từ mưu mô chiếm đoạt bẩn thỉu. Và thiếu nữ, người con gái nhẹ dạ, quê mùa, mộc mạc, người con gái đã tin lời đường mật của tôi, rằng tôi yêu nàng, sẽ cưới nàng làm vợ, để rồi dẫn đến cái kết hôm nay. Hôm nay, tôi đã làm tình với đủ mọi tư thế, một cách mê cuồng với chính con gái tôi!

Nghĩ đến ngày sắp tới, trở về Mỹ, tôi sẽ thế nào khi gặp lại vợ và hai đứa con, em cùng cha khác mẹ với con bé? Câu hỏi mỗi lúc một lớn khiến đầu óc tôi mụ mẫm, quay cuồng. Không làm chủ được hành vi, tôi leo qua lan can, hai tay với ra sau cầm ống sắt trên cùng, nhìn xuống lòng đường ngược xuôi xe cộ, nhìn khoảng sân xi-măng xám nhạt, nhìn hàng rào bao quanh tua tủa những mũi nhọn chĩa lên. Tôi nhắm mắt, buông tay.

*

Buổi sáng, quán cà phê lộ thiên của chị Tư luôn đông khách, hầu hết là khách quen. Họ là dân lao động, thợ hồ, thợ mộc, thợ hàn, tài xế ta-xi, xe ôm, xe ba gác, có cả đám sinh viên từ tỉnh lên, trọ học trong khu nhà chật hẹp giữa xóm. Gọi là quán lộ thiên cho oai, thực ra, chỉ là chiếc xe đẩy, kiểu xe hủ tiếu, trang bị hai bếp lò, và hàng chục dụng cụ lỉnh kỉnh, chất đầy mặt trên cũng như trong thùng xe. Chỗ ngồi là những ghế đẩu thấp lè tè, kê dọc vỉa hè. Chú Ba Tân vừa nhấm nháp ly xây-chừng, vừa lật tờ nhật báo coi từ trang ngoài đến các trang trong một cách cẩn thận, chợt chú lắc đầu,

"Lóng rày, mốt nhảy lầu tự tử coi bộ thịnh hành, tuần này thêm vụ này nữa là ba."

Ông bạn cùng bàn, Sáu Bảnh, hỏi,

"Vụ gì tuần này, đọc nghe coi?"

Chú Ba Tân đọc,

"Vào lúc..., tại chung cư cao cấp đường..., quận..., một nam Việt kiều rơi từ tầng thứ tám xuống đất, chết ngay. Theo điều tra sơ khởi, nhiều khả năng đây là một vụ tự tử. Công an đang tiếp tục điều tra, hầu làm rõ căn nguyên.

Khánh Trường

26/9/2020

MỤC LỤC

Liên lạc:
Hân Lê
nhà xuất bản Mở Nguồn
18366 Mapledale Lane
Huntington Beach, CA 92646
Email: han.lẻ359@gmail,com
Fb: hanle

Or

Khánh Trường
Email: khtruong@gmail.com
Fb: khanh truong

MỞ NGUỒN

www.ingramcontent.com/pod-product-compliance
Lightning Source LLC
LaVergne TN
LVHW040042051026
849525LV00002B/527
9798330423552